ഒടുവിൽ
മായാത്ത ഭാവങ്ങൾ

oduvil mayatha bhavangal
(biography)
•
e jayachandran
•
first edition
may 2014
•
typesetting & published
chintha publishers, thiruvananthapuram
•
printed at
Repro India Ltd, Mumbai.
•
cover
ambeesh
•
price
rupees one hundred and ten only

Rights reserved

വിതരണം
ദേശാഭിമാനി ബുക്ക് ഹൗസ്
H O തിരുവനന്തപുരം–695 035
phone: 0471-2303026, 6063026
www.chinthapublishers.com
chinthapublishers@gmail.com

ബ്രാഞ്ചുകൾ
ഹെഡ്ഡാഫീസ് ബ്രാഞ്ച് കുന്നുകുഴി • സ്റ്റാച്യു തിരുവനന്തപുരം • കെ എസ് ആർ ടി സി ബസ് സ്റ്റേഷൻ ആലപ്പുഴ • കെ എസ് ആർ ടി സി ബസ് സ്റ്റേഷൻ എറണാകുളം • മച്ചിങ്ങൽ ലെയ്ൻ തൃശൂർ • ഐ ജി റോഡ് കോഴിക്കോട് • മാവൂർ റോഡ് കോഴിക്കോട് • എൻ ജി ഒ യൂണിയൻ ബിൽഡിങ് കണ്ണൂർ • സെൻട്രൽ ബസ് ടെർമിനൽ കോംപ്ലക്സ് താവക്കര കണ്ണൂർ

CO - 2065 / 3478

ഒടുവിൽ മായാത്ത ഭാവങ്ങൾ
(ജീവചരിത്രം)

ഇ ജയചന്ദ്രൻ

ചിന്ത പബ്ലിഷേഴ്സ്
തിരുവനന്തപുരം-695 035
വില : ₹ 110

ഇ ജയചന്ദ്രൻ

1967 ൽ തൃശൂരിൽ ജനിച്ചു. അച്ഛൻ കവിയും തൃശൂർ കേരളവർമ്മ കോളേജിലെ മലയാളം പ്രൊഫസറുമായിരുന്ന തിരുത്തിക്കാട്ട് പ്രഭാകരൻ നായർ. അമ്മ എടപ്പള്ളി കല്യാണിക്കുട്ടിയമ്മ. വിദ്യാഭ്യാസം: മെക്കാനിക്കൽ എഞ്ചിനീയറിങ്ങിൽ ഡിപ്ലോമ, മലയാളസാഹിത്യത്തിൽ ബിരുദം. പാലക്കാട്ടെ കേന്ദ്രപൊതുമേഖലാസ്ഥാപനമായ ഇൻസ്ട്രുമെന്റേഷൻ ലിമിറ്റഡിൽ ഡിസൈൻ വിഭാഗത്തിൽ സൂപ്പർവൈസറായി ജോലിചെയ്യുന്നു.

ഡോ. സുധാംശു ചതുർവേദിയുടെ ജീവചരിത്രമായ *നിളയിലേക്കൊഴുകിയ ഗംഗ* എന്ന കൃതി രചിച്ചിട്ടുണ്ട്.

ഭാര്യ	:	സുജാത (ടീച്ചർ)
മകൾ	:	മീനാക്ഷി (വിദ്യാർഥിനി)
വിലാസം	:	നം.7, മയൂഖം, ശാസ്താനഗർ പുതുശ്ശേരി, പാലക്കാട് - 678 623
ഫോൺ	:	9446039390
ഇമെയിൽ	:	ejchand@yahoo.com

ഉള്ളടക്കം

പ്രസാധകക്കുറിപ്പ്	7
ആമുഖം	8
അവതാരിക	
സഫലയാത്ര കലയിലും ജീവിതത്തിലും	
അടൂർ ഗോപാലകൃഷ്ണൻ	9
അഭിനയലോകത്തെ പച്ച മനുഷ്യൻ	15
ജനനവും ബാല്യവും	23
കലയുടെ വഴിയിൽ	29
അരങ്ങിലേക്ക്	33
വെള്ളിത്തിരയിൽ മാണിനായരും സുബ്ബയ്യരും	38
അപ്പുണ്ണി മുതൽ രസതന്ത്രം വരെ	44
അനശ്വര കഥാപാത്രങ്ങൾ	54
അംഗീകാരങ്ങളുടെ നിറവ്	63
സ്വതഃസിദ്ധമായ ഹാസ്യം	67
വിവാഹവും കുടുംബവും	74
പൂർത്തിയാകാത്ത കാവ്യം	81
ഒടുവിൽ ഓർമകളിലൂടെ	87

അനുബന്ധം

കുഞ്ഞാപ്പു	
സത്യൻ അന്തിക്കാട് / താഹമാടായി	103
ചിരിക്കപ്പുറത്തെ ഉണ്ണിയേട്ടൻ	
ലോഹിതദാസ്	114
ഒടുവിൽ ഉണ്ണികൃഷ്ണൻ	
ഫിലിമോഗ്രഫി	121
അവാർഡുകൾ – അംഗീകാരങ്ങൾ	128

പ്രസാധകക്കുറിപ്പ്

ഒടുവിൽ ഉണ്ണികൃഷ്ണൻ എന്ന നടൻ അരങ്ങൊഴിഞ്ഞു എന്ന് മലയാളികൾക്കിനിയും ബോധ്യപ്പെട്ടിട്ടില്ല. കാരണം അത്രമേൽ സജീവമാണ് അദ്ദേഹത്തിന്റെ സാന്നിധ്യം. അദ്ദേഹം അഭിനയിച്ച ചിത്രങ്ങൾ നിത്യേനയെന്നോണം ചാനലുകളിൽ വന്നുപോകുന്നുണ്ട്. സൗമ്യവും ദീപ്തവുമായ അഭിനയശൈലിയിൽ വേറിട്ടു നിന്ന ഒരാളായിരുന്നു ഒടുവിൽ ഉണ്ണികൃഷ്ണൻ. നേരിയ ഒരു ചലനം കൊണ്ടോ നോട്ടം കൊണ്ടോ വികാരപ്രപഞ്ചം സൃഷ്ടിക്കാൻ കഴിഞ്ഞ അപൂർവം കലാകാരന്മാരിലൊരാളായിരുന്നു അദ്ദേഹം. *പരിണയം, പെരുവണ്ണാപുരത്തെ വിശേഷങ്ങൾ, സർഗ്ഗം, ആറാം തമ്പുരാൻ, ഒരു ചെറു പുഞ്ചിരി, നിഴൽകുത്ത്* തുടങ്ങിയ ചിത്രങ്ങൾ ഒടുവിലിന്റെ പ്രതിഭയ്ക്ക് തെളിവായി എക്കാലത്തും നിലനിൽക്കും. സിനിമയുടെ വർണപ്പകിട്ടിൽ പെട്ടുപോകാതെ നാട്ടിൻപുറത്തുകാരന്റെ ജീവിതശൈലി നിലനിർത്തുന്നതിൽ അദ്ദേഹം ശ്രദ്ധാലുവായിരുന്നു. പുരോഗമന പ്രസ്ഥാനങ്ങളുമായുള്ള ബന്ധം കേവലം വാചകമടിയിലൊതുക്കുകയല്ല അദ്ദേഹത്തിന്റെ സജീവമായ ഇടപെടലുകളിലൂടെ പ്രാവർത്തികമാക്കി തെളിയിക്കുകയും ചെയ്തു. ഒടുവിലിന്റെ ജീവിതം ലളിതമായ വാക്കുകളിൽ വരച്ചുകാട്ടിയ ഇ ജയചന്ദ്രന്റെ *ഒടുവിൽ: മായാത്ത ഭാവങ്ങൾ* എന്ന പുസ്തകത്തിന്റെ ചിന്ത പതിപ്പ് ഇറക്കാൻ കഴിഞ്ഞതിൽ ഞങ്ങൾക്ക് സന്തോഷമുണ്ട്. ആ മഹാനടന്റെ സ്മരണക്കായി ഈ പുസ്തകം ഞങ്ങൾ സമർപ്പിക്കുന്നു.

ചിന്ത പബ്ലിഷേഴ്സ്

ആമുഖം

മലയാളികളുടെ മനസിൽ മായാത്ത മുദ്ര പതിപ്പിച്ച്, അവരുടെ ഹൃദയത്തിന്റെ ഭാഗമായിക്കഴിഞ്ഞ ഒരു മഹാനടന്റെ ജീവിതവഴികളെ രേഖപ്പെടുത്താനുള്ള എളിയ ശ്രമമാണ് *ഒടുവിൽ: മായാത്ത ഭാവങ്ങൾ* എന്ന ഈ കൃതി. പ്രതിഭാശാലിയായിരുന്ന ഒരു നടനായിരുന്നതോടൊപ്പം നാട്ടിൻപുറത്തുകാരനായി ജീവിച്ച പച്ചമനുഷ്യൻ കൂടിയായിരുന്നു ഒടുവിൽ ഉണ്ണികൃഷ്ണൻ.

ഒടുവിൽ ഉണ്ണികൃഷ്ണന്റെ സ്മരണാർഥം പാലക്കാട് ജില്ലയിലെ കേരളശ്ശേരിയിൽ പ്രവർത്തിക്കുന്ന ഒടുവിൽ ഫൗണ്ടേഷന്റെ പ്രേരണയാൽ ഞാൻ തയാറാക്കി, അവർ പ്രസാധനം നിർവഹിച്ച പുസ്തകത്തിന്റെ പുതിയ പതിപ്പാണ് ഈ കൃതി. പുസ്തകരചനയ്ക്കു വേണ്ട വിവരങ്ങൾ ശേഖരിക്കുന്നതിനും നൽകിയും സഹായിച്ച ഒടുവിൽ ഫൗഷേൻ സെക്രട്ടറി കെ ഇ പദ്മകുമാർ, ഒടുവിലിന്റെ കുടുംബാംഗങ്ങൾ, സിനിമാരംഗത്തെ സഹപ്രവർത്തകർ, അവതാരിക എഴുതിയിട്ടുള്ള അടൂർ ഗോപാലകൃഷ്ണൻ സാർ തുടങ്ങി എല്ലാവരേയും കൃതജ്ഞതാപൂർവം ഓർക്കുന്നു.

ഒടുവിൽ ഉണ്ണികൃഷ്ണൻ എന്ന അഭിനയപ്രതിഭയെ പച്ചമനുഷ്യനെ, അകമഴിഞ്ഞ് സ്നേഹിക്കുന്ന മുഴുവൻ മലയാളികളുടെയും കൈകളിൽ ഈ കൃതി എത്തിച്ചേരുമെന്നതിൽ സന്തോഷമുണ്ട്. അതിനു വഴിയൊരുക്കിയ ചിന്ത പബ്ലിഷേഴ്സിനോടുള്ള നന്ദിയും ഇവിടെ രേഖപ്പെടുത്തട്ടെ.

ഇ ജയചന്ദ്രൻ

അവതാരിക

സഫലയാത്ര
കലയിലും ജീവിതത്തിലും

അടൂർ ഗോപാലകൃഷ്ണൻ

ഒടുവിലിനെ കുറേ കാലമായി ഞാൻ ശ്രദ്ധിക്കുന്നുണ്ടായിരുന്നു. എത്ര മോശപ്പെട്ട പടത്തിലായാലും അഭിനയിക്കുന്ന റോൾ എത്ര ചെറുതാണെങ്കിലും നമ്മുടെ ശ്രദ്ധ പൂർണമായും പിടിച്ചെടുക്കാൻ കഴിവുള്ള ചില നടന്മാരുണ്ട്, അവരിൽ ഒരാളാണെന്നു പറഞ്ഞാൽ പോരാ പ്രധാനിയായിരുന്നു ഒടുവിൽ ഉണ്ണികൃഷ്ണൻ. നിൽപ്പിനും നടപ്പിനും നോട്ടത്തിനും പറച്ചിലിനുമൊക്കെ സാമാന്യം വിട്ടുള്ള ഒരു പ്രത്യേകതയുണ്ടായിരുന്നു. കേവലം സ്വാഭാവികത മാത്രമായിരുന്നില്ല അത്. അതിനപ്പുറമായി കൂട്ടത്തിൽനിന്ന് മാറ്റിനിർത്തുന്ന തരത്തിലുള്ള ഒരുതരം വൈയക്തിക സിദ്ധി. അപൂർവം നടന്മാരിലാണ് ഇത്തരമൊരു ഗുണം കാണാറുള്ളത്.

വിധേയൻ കഴിഞ്ഞുള്ള ഇടവേളയിൽ മനസിലെവിടെയോ ഉറപ്പിച്ചു, അടുത്ത സിനിമയ്ക്ക് തയാറാകുമ്പോൾ ഒടുവിലിനെ ഒരു റോളിലേക്ക് ക്ഷണിക്കണം. തുടർന്നുവന്നത് *കഥാപുരുഷൻ* ആയിരുന്നു. അതിലെ ആനക്കാരൻ പാച്ചുപിള്ളയുടെ വേഷം ഉണ്ണികൃഷ്ണന് നന്നായി ഇണങ്ങുമെന്ന് തിരക്കഥ എഴുതുന്ന വേളയിൽത്തന്നെ മനസിലുറപ്പിച്ചു. ബന്ധപ്പെട്ടപ്പോൾ സഹകരിക്കുന്നതിൽ അതിയായ താൽപ്പര്യമുണ്ടെന്ന പ്രതികരണം.

ഷൂട്ടിങ്ങിനായി എത്തിയ ദിവസമാണ് ഞാനാദ്യമായി ഉണ്ണികൃഷ്ണനെ നേരിട്ടു കാണുന്നത്. സിനിമകളിൽ കണ്ട് താൽപ്പര്യം തോന്നി വിളിച്ചതാണ്. ഇത് പതിവുള്ളതല്ല, നേരിട്ട് പരിചയമില്ലാത്ത നടീനടന്മാരെ പ്രധാന റോളുകൾ ഏൽപ്പിക്കാറില്ല. എന്നാൽ ഉണ്ണികൃഷ്ണന്റെ കാര്യത്തിൽ ഒരിളവ് ചെയ്തതാണ്. അദ്ദേഹം സംസാരിച്ചു തുടങ്ങിയപ്പോൾ എനിക്ക് ആദ്യമായി എന്റെ തീരുമാനത്തെപ്പറ്റി സംശയമായി, നല്ല കുറുക്കിക്കുലുക്കിയുള്ള സംഭാഷണശൈലി. മലയാള സിനിമ മുഴുവനായി ഒറ്റപ്പാലം ഷൊർണൂർ ദേശങ്ങളിൽ വിളയാടിക്കൊണ്ടിരുന്ന

കാലം. എന്റെ കഥാപാത്രമാണെങ്കിൽ തനി മധ്യതിരുവിതാംകൂറുകാരൻ, അതും ശരിക്കും ഉൾനാടൻ – ഇച്ചേച്ചിയും കൊച്ചാട്ടനും താപ്പോട്ടും മേപ്പോട്ടും കേറിയും ഇറങ്ങിയും കളിക്കുന്ന ഭാഷയിലാണ് സംസാരിക്കേണ്ടത്. ഇനി എത്ര തലയറഞ്ഞാലും ഈ മനുഷ്യനെക്കൊണ്ട് ഇവിടത്തെ ഭാഷ പറയിക്കാൻ കഴിയുമോയെന്ന് ഞാൻ വേവലാതിയോടെ ശങ്കിച്ചു തുടങ്ങി.

എന്റെ ഭീതി അസ്ഥാനത്തായിരുന്നില്ല. ഉണ്ണികൃഷ്ണന്റെ സംഭാഷണ ഭാഗം വരുന്ന ആദ്യ ദൃശ്യം ചിത്രീകരിക്കാനുള്ള റിഹേഴ്സൽ ഒന്നുരണ്ട് കഴിഞ്ഞപ്പോൾ ഞാൻ പതിവുപോലെ ആ സംഭാഷണം എങ്ങനെ പറയണമെന്ന് കൃത്യമായി പറഞ്ഞുകൊടുത്തിട്ട് ദൃശ്യചിത്രീകരണത്തിനായി പിന്നോക്കം മാറിനിന്നു. അപ്പോഴാണ് ഉണ്ണികൃഷ്ണൻ എന്നെ പിന്നെയും അതിശയിപ്പിച്ചത്. അദ്ദേഹം ആനക്കാരൻ പാച്ചുപിള്ളയായി മാറിയെന്നു മാത്രമല്ല, അയാളുടെ സ്വതഃസിദ്ധമായ തനി മധ്യതിരുവിതാംകൂർ ശൈലിയിൽത്തന്നെ സംസാരിക്കുന്നു. ചിത്രീകരണം കഴിഞ്ഞ്, സംപ്രീതനായി ഞാൻ അടുത്തുചെന്ന് അന്വേഷിച്ചു. എങ്ങനെ ഇവിടത്തെ ഭാഷയും രീതിയും ഇത്രവേഗം പഠിച്ചെടുത്തു? ഉണ്ണികൃഷ്ണൻ ചിരിച്ചു, "കെ പി എ സിയുടെ നാടക ട്രൂപ്പിൽ കുറെക്കാലം സഹകരിച്ചിരുന്നു."

ഞാൻ ദൈവത്തിന് സ്തുതി പറഞ്ഞു, കെ പി എ സിക്കും. ആസ്വാദകർക്ക് അത്യന്തം പരിചിതമായ ഉണ്ണികൃഷ്ണന്റെ ശബ്ദം മറ്റൊരാളെക്കൊണ്ട് ഡബ്ബ് ചെയ്യിക്കേണ്ട ഗതികേടിൽനിന്നാണ് അങ്ങനെ തീരെ പ്രതീക്ഷിക്കാത്ത ഒരു തരുണത്തിൽ ഞാൻ രക്ഷപ്പെട്ടത്.

പിന്നെ എല്ലാം എളുപ്പമായിരുന്നു. സംവിധായകനിൽ മതിപ്പുളവാക്കുന്ന നടൻ, അതുപോലെ നടനിൽ വിശ്വാസമർപ്പിക്കുന്ന സംവിധായകൻ – അത് ഒന്നാന്തരം ഒരു സമ്മേളനം ആയിരുന്നു. പടത്തിന്റെ ഷൂട്ടിങ് അവസാനിക്കാറാകുമ്പോഴേയ്ക്കും ഞാൻ സ്വയം അഭിനന്ദിച്ചു. ഇത്രമേൽ ആത്മാർഥതയും അർപ്പണബോധവുമുള്ള ഒരു നടനെ കണ്ടെത്തിയതിൽ – നിർമലമായ ഒരു മനസിന്റെ ഉടമയെ അറിയാനും ഇടപെടുവാനും ഇടയായതിൽ.

പിന്നീടാണറിഞ്ഞത്, കഴിഞ്ഞ തലമുറയിലെ പ്രശസ്ത കവി (നിമിഷകവിയെന്നും അദ്ദേഹം വിശേഷിപ്പിക്കപ്പെട്ടിരുന്നു) ഒടുവിൽ കുഞ്ഞികൃഷ്ണമേനോൻ ഉണ്ണികൃഷ്ണന്റെ അമ്മാവനായിരുന്നു. കേരളത്തിന്റെ സാംസ്കാരികത്തുടർച്ച ഇപ്പോഴും മരുമക്കത്തായ സമ്പ്രദായത്തിൽ തുടർന്നുകൊണ്ടിരുന്നുവെന്ന് സംശയിക്കേണ്ടിയിരിക്കുന്നു.

*കഥാപുരുഷനു*ശേഷം ഏഴ് വർഷം കഴിഞ്ഞാണ് *നിഴൽക്കുത്ത്* നിർമിക്കുന്നത്. *നിഴൽക്കുത്തി*ലെ ആരാച്ചാർ പൊതുധാരണയിലുള്ള നീചനും നികൃഷ്ടനുമായ ഒരു മനുഷ്യാധമനല്ല. മറിച്ച് പരമ്പരാഗതമായി കൈമാറിപ്പോന്ന ധാരണകളെ തകിടംമറിക്കുന്ന ഒരു കഥാപാത്രസൃഷ്ടിയാണ് കാളിയപ്പൻ എന്ന ആരാച്ചാരുടേത്. കുറ്റവാളിയുടെ കഴുത്തിൽ കുരുക്കിയ കയറിന്റെ മറ്റേയറ്റം കയ്യിലേറ്റി നിൽക്കാൻ വിധിക്കപ്പെട്ട പരമ

സാധുവാണ് കാളിയപ്പൻ. അയാൾ ദുഷ്ടനോ മനുഷ്യവിരോധിയോ അല്ല, തൂക്കിക്കൊല്ലൽ ആചാരപ്രകാരം വന്നുചേർന്ന കുലത്തൊഴിൽ മാത്രം. അയാൾക്ക് കുടുംബവും ബന്ധങ്ങളുമെല്ലാമുണ്ട്. താൻ ചെയ്തുപോരുന്ന തൊഴിലിൽ വിരക്തിയുണ്ട്, പശ്ചാത്താപമുണ്ട്. പക്ഷേ, പിന്നിൽ ഉപേക്ഷിച്ചുപോന്നുവെന്നു കരുതുന്ന ആ ഹീനകൃത്യത്തിലേക്ക് ഒരിടവേളയ്ക്കുശേഷം, ഓർക്കാപ്പുറത്ത് രാജകല്പന പ്രകാരം അയാൾ വീണ്ടും വലിച്ചിഴയ്ക്കപ്പെടുകയാണ്. ആരാധനാമൂർത്തിയായ ദേവിയെ/കാളിയെ അയാൾ അകമഴിഞ്ഞ് പ്രാർഥിക്കുന്നു, തന്നെ, ഇനിയും ഈ നീച കർമത്തിലേക്ക് തള്ളിവിടരുതേയെന്ന് ഉള്ളുരുകി പ്രാർഥിക്കുന്നു.

ഇത്തരം ഒരു കഥാപാത്രത്തെ അവതരിപ്പിക്കാൻ രൂപംകൊണ്ടും ഭാവംകൊണ്ടും സർഗ സാധനകൊണ്ടും അനുയോജ്യനായ മറ്റൊരാളിനെ എനിക്ക് സങ്കല്പിക്കാനാവുമായിരുന്നില്ല. അങ്ങനെ അല്പം രസമൊക്കെ പകരുന്ന സരസവേഷങ്ങളിൽ മാത്രം ശോഭിച്ചിരുന്ന ഒടുവിൽ എന്നെന്നും ഓർമിക്കപ്പെടുന്ന കാഴ്ചക്കാരനെ വേദനിപ്പിക്കുന്ന, ചിന്തിപ്പിക്കുന്ന ഒരു കഥാപാത്രമായി കൂടുമാറുകയായിരുന്നു, ഒരുപക്ഷെ അദ്ദേഹത്തിന്റെ അഭിനയജീവിതത്തിലെ ഏറ്റവും ഉജ്ജ്വലമായ അഭിനയ മുഹൂർത്തങ്ങൾ നിറഞ്ഞ അസാധാരണമായ ഈ വേഷത്തിലേക്ക്.

ഷൂട്ടിങ് നടന്ന കാലം ഷെഡ്യൂളുകൾ തെറ്റിക്കാതെ കൃത്യമായി ഉണ്ണികൃഷ്ണൻ ഹാജരാകുമായിരുന്നു. എല്ലാം ഭംഗിയായി തുടർന്നു. തന്റെ വേഷം നന്നാവണമെന്ന വ്രതത്തിൽ ഉണ്ണികൃഷ്ണൻ ഉറച്ച നിശ്ചയത്തോടെ തന്നെ മുറുകെ പിടിച്ചിരുന്നു.

ഷൂട്ടിങ് തുടങ്ങുന്ന ദിവസം കക്ഷി ഉടുപ്പഴിച്ച് ഒരു ഒറ്റമുണ്ടിലേക്ക് മാറിയപ്പോഴാണ് ഞാനത് ശ്രദ്ധിക്കുന്നത്, അദ്ദേഹത്തിന്റെ തൊലിപ്പുറത്ത് എന്നെങ്കിലും ഒരു സൂര്യരശ്മി പതിച്ചിട്ടുള്ളതിന്റെ പാടോ വാട്ടമോ ഒന്നുമില്ല, ഏതാണ്ട് മഞ്ഞച്ച് മെഴുമെഴാ മിനുങ്ങുന്ന ശരീരം. ഭക്ഷണത്തിലുള്ള ശ്രദ്ധക്കുറവുകാരണം കുടവയറിനോ അമിതവണ്ണത്തിനോ അങ്ങോട്ട് ആവേശിക്കാൻ കഴിഞ്ഞിരുന്നില്ലെന്നതു മാത്രം അനുഗ്രഹമായിട്ടുണ്ട്. തൊലി വാട്ടാനെന്തുചെയ്യും. ഒരു എളുപ്പവഴി മേക്കപ്പ്മാൻ മണിയെക്കൊണ്ട് ടാർ ചെയ്തമാതിരി ചായം തേക്കുകയാണ്. എന്നാൽ അത് ചായമായിത്തന്നെ തോന്നിപ്പിക്കും. കന്യാകുമാരി പ്രദേശത്തെ വരണ്ട കാറ്റും വിടാത്ത വിയർപ്പും ചേർന്നു സൃഷ്ടിക്കുന്ന പ്രത്യേക നിറഭേദങ്ങൾ കൃത്രിമമായി സൃഷ്ടിക്കുക എളുപ്പമായിരുന്നില്ല, ഒടുവിൽ ഒരു വഴി കണ്ടു. മേലാകെ വെള്ളം ഒഴിച്ച്, തോർത്താതെ, ഒരീരിഴയൻ തോർത്തുമുണ്ടുമുടുപ്പിച്ച് വെയിലത്തിരുത്തുക. ആ വിദ്യ അത്ര സുഖകരമായിരിക്കില്ലെന്ന മുന്നറിയിപ്പ് കൊടുത്തിട്ടും, മറ്റുള്ളവർ മരത്തണലുകളിലിരുന്ന് വിശ്രമിച്ച വേളകളിൽപ്പോലും മയിലാടിയിലെ തിളയ്ക്കുന്ന വെയിലത്തിരുന്ന് ഉണ്ണികൃഷ്ണൻ ക്ഷമാപൂർവം, തൊലി വാട്ടിക്കരിച്ച് കറുപ്പിക്കുന്നത് മറക്കാനാകാത്ത ഒരു പിന്നണി ദൃശ്യമാണ്.

അങ്ങനെ സാമാന്യം ദീർഘമായ ചിത്രീകരണഘട്ടം കാര്യമായ

തടസങ്ങളൊന്നുമില്ലാതെ മുൻകൂട്ടി തീരുമാനിച്ച ഷെഡ്യൂളിൽത്തന്നെ കടന്നുപോയി. അടുത്തതായി ചിത്രത്തിന്റെ സാമാന്യരൂപത്തിലേക്കുള്ള സന്നിവേശവും കഴിഞ്ഞു. ഇനിയുള്ളത് നടീനടന്മാരുടെ സംഭാഷണഭാഗങ്ങൾ ചിത്രത്തിനൊപ്പിച്ച് ആലേഖനം ചെയ്യുന്ന ഡബ്ബിങ് എന്ന പ്രക്രിയയാണ്. കഴിയുന്നതും അഭിനയിച്ചവരെത്തന്നെയാണ് ഇതിനുവേണ്ടി തിരികെ വരുത്തേണ്ടി വരിക, ഉണ്ണികൃഷ്ണനന് ആദ്യംമുതൽതന്നെ വന്നെ ത്താൻ ആവശ്യപ്പെടുന്ന സന്ദേശങ്ങൾ കത്തായും വിളിയായും ചെന്നു. ഓരോ തവണയും അദ്ദേഹം ഓരോ ഒഴികഴിവ് പറയും. അങ്ങനെ ദിവസങ്ങൾ നീണ്ടുപോയി. ഏതാണ്ട് മറ്റെല്ലാ നടീനടന്മാരുടെയും ഡബ്ബിങ് ഇതിനകം തീർന്നു. ഉണ്ണികൃഷ്ണനെ മാത്രം കിട്ടുന്നില്ല. അവസാനം ക്ഷമ കെട്ട് ഞാൻ നേരിട്ട് തന്നെ വിളിച്ചു. ഇനി നീട്ടിക്കൊണ്ടുപോകാൻ പറ്റില്ല.

ഒടുവിൽ വീട്ടിൽനിന്ന് ഇങ്ങോട്ടേക്ക് പുറപ്പെട്ടിട്ടുള്ളതായി വിവരം കിട്ടി. പാലക്കാട്ടുനിന്ന് തിരുവനന്തപുരത്തെത്താൻ ന്യായമായി വേണ്ടി വരുന്ന സമയം കഴിഞ്ഞപ്പോൾ വീണ്ടും അന്വേഷണം ആരംഭിച്ചു. ആളെവിടെ? പാലക്കാട്ടുനിന്ന് പോന്നു, ഇങ്ങെത്തിയിട്ടുമില്ല. വീട്ടുകാർ തന്നെ നിർദേശിച്ച തമ്പാനൂരിലുള്ള ഹോട്ടലിൽ ആളുവിട്ട് അന്വേഷിച്ചു. ശരിയാണ്, ആൾ തലേദിവസം തന്നെ എത്തിയിട്ടുണ്ട്. "കിടപ്പാണ്, അൽപ്പം അവശതയിലുമാണ്, അടുത്ത ദിവസം എത്തിക്കൊള്ളാം." എനിക്ക് കാര്യം മനസിലായി. അടുത്ത ദിവസം വരെ കാക്കുകയേ വഴിയുള്ളൂ. പിന്നെ എല്ലാം നേരെയായി. ഒടുവിൽ എന്ന പേര് അന്വർഥമാക്കിയ ആ അനുഭവവും മറക്കാൻ വയ്യാത്തതായി ശേഷിക്കുന്നു. ഭുവനേശ്വറിൽ (ഒറീസ) നടന്ന മലയാള ചലച്ചിത്രോത്സവത്തിൽ പങ്കെടുക്കാൻ ഉണ്ണികൃഷ്ണനുമായി പോയത് മറ്റൊരു പ്രത്യേക അനുഭവമായിരുന്നു. ആദ്യമൊക്കെ ഒഴിയാൻ നോക്കി. പിന്നെ ഞാൻ കുറെ നിർബന്ധിച്ചപ്പോൾ വഴങ്ങുകയായിരുന്നു. ഭുവനേശ്വറിൽ *നിഴൽക്കുത്ത്* കാണിക്കുമ്പോൾ ക്ഷണിക്കപ്പെട്ട പ്രധാന നടൻ ഇല്ലാതെ പോയാൽ മോശമാവില്ലേ? പോരെങ്കിൽ കൊണാർക് പോലെയുള്ള സ്ഥലങ്ങൾ കാണാനും മറ്റുമുള്ള അവസരം – ഇങ്ങനെ പലതും.

ഞങ്ങൾ തിരുവനന്തപുരത്തുനിന്ന് യാത്ര തിരിക്കുന്നതിനുമുമ്പ് രണ്ട് മൂന്നു തവണ വീട്ടുകാരിയുടെ ഫോൺ വന്നു. ഒടുവിൽ അവർ എന്നോട് കാര്യം പറഞ്ഞു: "ഉണ്ണിയേട്ടന് പ്ലെയ്നിൽ യാത്ര ചെയ്യാൻ പേടിയാണ്."

"ഒന്നും പേടിക്കേണ്ട, ഞാൻ നോക്കിക്കൊള്ളാം." ഞാനവർക്ക് ഉറപ്പു കൊടുത്തു.

ഞാനറിയാതെ തന്നെ യാത്രയ്ക്കുള്ള ധൈര്യം അദ്ദേഹം ലവരൂപത്തിൽ അകത്താക്കിയിട്ടുണ്ടായിരുന്നുവെന്ന് ഞാൻ മനസിലാക്കിയത് താമസിച്ചാണ്.

ഭുവനേശ്വർ യാത്ര ഒടുവിൽ ശരിക്കും ആസ്വദിക്കുന്നുണ്ടായിരുന്നു,

കൂടെക്കൂടാൻ ഒന്നുരണ്ട് നല്ല കൂട്ടുകാരും ഞങ്ങളോടൊപ്പം ഉണ്ടായിരുന്നു.

കാര്യമായ മറ്റൊരു യാത്രയിൽനിന്ന് അവസാനഘട്ടത്തിൽ എന്നോട് കള്ളം പറഞ്ഞാണ് ഉണ്ണികൃഷ്ണൻ ഒഴിവായത്. ജപ്പാനിലെ ഫുക്കുവോക്കാ ഫിലിം ഫെസ്റ്റിവലിൽ *നിഴൽക്കുത്ത്* പ്രദർശിപ്പിക്കുന്നുണ്ടായിരുന്നു. സംവിധായകനും പ്രധാന നടനും ബിസിനസ് ക്ലാസ് ടിക്കറ്റുകളും വിസയുമെല്ലാം യഥാസമയം അയച്ചുതന്നിട്ടുമുണ്ടായിരുന്നു. യാത്രയ്ക്ക് തയാറെടുത്തുകൊള്ളുവാൻ ഒടുവിലിനെ നേരത്തെ അറിയിച്ചു. വിസ ചേർക്കാനായി അദ്ദേഹം പാസ്പോർട്ട് എന്റെ പേർക്ക് അയച്ചുതരികയും ചെയ്തു. പക്ഷെ, യാത്ര പോകാൻ ഒരുദിവസം ബാക്കിയുള്ളപ്പോൾ വീട്ടിൽനിന്ന് ഉണ്ണികൃഷ്ണനുവേണ്ടി ഒരു ഫോൺകോൾ: ഒരു സിനിമയുടെ ഷൂട്ടിങ്ങിൽ പരുക്കുപറ്റി കക്ഷി കിടപ്പിലാണ്. യാത്ര ചെയ്യാൻ സാധിക്കുമെന്ന് തോന്നുന്നില്ല. ഫുക്കുവോക്കക്ക് ഞാൻ ഒറ്റയ്ക്ക് പോയി.

പടം കണ്ടവരെല്ലാം ഉണ്ണികൃഷ്ണനെപ്പറ്റി ചോദിക്കുന്നുണ്ടായിരുന്നു. അദ്ദേഹം ചെറിയൊരപകടത്തിൽ പെട്ട് ആശുപത്രിയിലാണെന്ന് ഞാൻ ഉത്തമബോധ്യത്തോടെ വിശദീകരിച്ചു. പിന്നീട്, വളരെ കഴിഞ്ഞാണ് സത്യം അറിയുന്നത്. ജപ്പാനിലേക്കു പറക്കുന്നത് കടലുകൾ താണ്ടിയാണല്ലോ. അപ്പോൾ വല്ല അപകടവും പറ്റിയാൽ...

അത്തരമൊരു ശുദ്ധനായിരുന്നു ഉണ്ണികൃഷ്ണൻ. ഒന്നാന്തരമൊരു നടനായിരിക്കെത്തന്നെ നടന്റെ കൗശലങ്ങളോ അതിസാമർഥ്യമോ ഒന്നും തന്നെ ഏശാതെ സൂക്ഷിച്ച നല്ലവനായ തനിനാടൻ മനുഷ്യൻ.

എന്നെ രാത്രിയിൽ അസമയങ്ങളിൽ ഫോണിൽ വിളിച്ച് സ്വാതന്ത്ര്യപൂർവം സംസാരിച്ചിരുന്ന ഒരേ ഒരു നടനേ ഉള്ളൂ. അദ്ദേഹത്തോടുള്ള ഇഷ്ടം കാരണം ഞാൻ എല്ലായ്പ്പോഴും ആ ദീർഘഭാഷണങ്ങൾക്ക് അതിന്റെ പിന്നിലുള്ള 'സ്പിരിറ്റ്' മനസിലാക്കിത്തന്നെ ചെവികൊടുത്തിരുന്നു. ഇതേ അനുഭവം സത്യൻ അന്തിക്കാടിനും ഉണ്ടായിരുന്നതായി കേട്ടിട്ടുണ്ട്.. അർധരാത്രി കഴിഞ്ഞ് ഫോൺ നിർത്താതെ ചിലച്ചാൽ എന്റെ വീട്ടുകാരി പറയും ദേ, ഒടുവിൽ വിളിക്കുന്നു. ഇനി അർധരാത്രി കഴിഞ്ഞുള്ള ആ വിളികൾ ഇല്ലല്ലോയെന്ന് ഞാൻ വ്യസനിക്കുന്നു.

കലയിലൂടെയും ജീവിതത്തിലൂടെയുമുള്ള ഉണ്ണികൃഷ്ണന്റെ സഫലയാത്ര രേഖപ്പെടുത്തുന്ന ഇ ജയചന്ദ്രന്റെ ഈ കൃതി ഉന്നതനായ ഒരു കലാകാരനെയും അസാധാരണനായ ഒരു മനുഷ്യനെയും മനസിലാക്കുവാൻ ഉതകുമെന്ന സന്തോഷത്തോടെ സഹൃദയസമക്ഷം അവതരിപ്പിച്ചുകൊള്ളുന്നു.

(ഒന്നാംപതിപ്പിനെഴുതിയ അവതാരിക)

തിരുവനന്തപുരം
10.05.2011

അഭിനയലോകത്തെ പച്ച മനുഷ്യൻ

അഭിനയം ജീവിതംപോലെ സ്വാഭാവികവും ആയാസരഹിതവുമായപ്പോൾ, അണിഞ്ഞ വേഷങ്ങളെ അനശ്വരങ്ങളാക്കി കടന്നുപോയ ഒരാൾ നമുക്കുണ്ട്. അനായാസമായ ഭാവപ്പകർച്ചയിലൂടെ കഥാപാത്രത്തെ ജീവസുറ്റതാക്കി പ്രേക്ഷകഹൃദയത്തിലേക്ക് കയറ്റിവിട്ട് നമ്മളിൽ ഒരാളായി നമുക്കൊപ്പം ജീവിച്ചയാൾ, അതായിരുന്നു ഒടുവിൽ ഉണ്ണികൃഷ്ണൻ.

ഭാവനാസൃഷ്ടമായ ഒരു കഥാസന്ദർഭത്തെ സഹജമായ അഭിനയത്താൽ യാഥാർഥ്യമാക്കി പ്രേക്ഷകനിൽ അനുഭവമാക്കി മാറ്റുക എന്ന ദുഷ്കരമായ ദൗത്യമാണ് ഒരു മികച്ച അഭിനേതാവിന് നിറവേറ്റുവാനുള്ളത്. ഈ ദൗത്യം നിറവേറ്റുന്നിൽ അത്ഭുതകരമായ വിജയം കൈവരിച്ച നടനായിരുന്നു ഒടുവിൽ ഉണ്ണികൃഷ്ണൻ.

സൂക്ഷ്മമായ ശരീരചലനങ്ങളാൽ, സ്വാഭാവികമെന്ന് പ്രേക്ഷകർ കരുതുംവിധത്തിൽ, കൃത്യമായി കഥാപാത്രത്തിലേക്ക് തന്നെ സന്നിവേശിപ്പിക്കുകയാണ് അഭിനേതാവ് ചെയ്യുന്നത്. അഭിനയത്തിന്റെ സ്വാഭാവികത വർധിക്കുന്നത് ചെറുചലനങ്ങളിലാണ്. ഇങ്ങനെ ചെറുചലനങ്ങളിലൂടെ ആംഗ്യത്തിലൂടെ, മൂളലിലൂടെ ഒരു നോട്ടത്തിലൂടെ നിയന്ത്രിത ഭാവങ്ങളാൽ കഥാപാത്രമായി മാറുവാനുള്ള അപൂർവസിദ്ധി ഒടുവിൽ ഉണ്ണികൃഷ്ണനുണ്ടായിരുന്നു.

വിസ്മയകരമായ പകർന്നാട്ടത്തിലൂടെ കഥാസന്ദർഭം ആവശ്യപ്പെടുന്ന അതേ ഭാവോത്തേജനവും സാക്ഷാൽക്കാരവും പൂർത്തീകരിക്കാൻ ഒടുവിലിന് കഴിയുമായിരുന്നു. ജീവിതത്തിന്റെ ഉള്ളറിഞ്ഞ ഒരു അഭിനേതാവിനേ ഇത് സാധ്യമാവൂ. തന്റെ നാട്ടിൻപുറത്തെ മനുഷ്യരെ മാത്രമല്ല, പ്രകൃതിയെയും സാമൂഹ്യ സംഭവങ്ങളെയും സൂക്ഷ്മമായി തിരിച്ചറിഞ്ഞ് അവയിലൂടെ സ്വയം തന്നെ വളർത്തിയെടുത്തുവെന്നതായിരുന്നു

16 ഒടുവിൽ: മായാത്ത ഭാവങ്ങൾ
ഇ ജയചന്ദ്രൻ

ഒടുവിൽ ഉണ്ണികൃഷ്ണൻ എന്ന അഭിനയപ്രതിഭയുടെ കരുത്ത്.

തന്റെ ചുറ്റുമുള്ള എണ്ണമറ്റ ജീവിതങ്ങളെ പഠിക്കലാണ് ഏതൊരു കലാകാരന്റെയും കളരി എന്നത് ഒടുവിലിന്റെ ജീവിതത്തിൽ വാസ്തവമായിരുന്നു. താൻ പിന്നിട്ട ജീവിതത്തിന്റെ നാട്ടുവഴികളിൽ അറിഞ്ഞ ജീവിതകൗതുകങ്ങളെ നമുക്ക് കൃത്യമായി പരിചയപ്പെടുത്തിത്തരുവാൻ ആ അഭിനേതാവിന് കഴിഞ്ഞു. നാട്ടിൻപുറത്തുകാരനെ അവതരിപ്പിക്കുമ്പോൾ ഒടുവിലിനുള്ള അതിശയകരമായ താദാത്മ്യബോധം ഇതിന് തെളിവായിരുന്നു. ഒരു പാഠശാലയിലും അഭിനയം പഠിക്കാതെ, എല്ലാം അനുഭവങ്ങളിലൂടെ പഠിച്ച അഭിനയജീവിതം ഭാവിതലമുറയ്ക്കും സ്വാഭാവികാഭിനയത്തിന്റെ പാഠശാലയായി നിലനിൽക്കും.

പ്രശസ്തിയുടെ പടവുകൾ കയറി ഉയരങ്ങളിൽ എത്തിയപ്പോഴും ഒടുവിൽ ഉണ്ണികൃഷ്ണൻ എന്നും തട്ടകത്തിൽ സാധാരണക്കാരിൽ ഒരുവനായാണ് കഴിഞ്ഞത്. വ്യത്യസ്തമായ അനേകം ജീവിതസന്ദർഭങ്ങളിലൂടെ അനേകം വേഷങ്ങളിൽ ഭാവം പകർന്ന് അനന്യമായ അഭിനയപാടവംകൊണ്ട് മലയാളിയുടെ ഹൃദയം കീഴടക്കിയ അഭിനേതാവ്. പക്ഷേ, ഈ പ്രശസ്തിയുടെ ഭാരമോ, തലക്കനമോ ഒട്ടും തൊട്ടുതീണ്ടാത്ത പച്ചയായ മനുഷ്യൻ, തന്റെ നാടിനും നാട്ടുകാർക്കും മാത്രമല്ല ഒരിക്കൽ പരിചയപ്പെട്ടവർക്കെല്ലാം ഉണ്ണ്യേട്ടൻ. താരശോഭയുടെ കൃത്രിമ വെളിച്ചമല്ല ശുദ്ധ മനുഷ്യന്റെ ഹൃദയശോഭയുടെ തിളക്കമാണ് ഒടുവിൽ ഉണ്ണികൃഷ്ണനെ അനശ്വരനാക്കുന്നത്.

ഓർമവച്ച നാൾ മുതൽക്കേ ലഭിച്ച ജീവിതപാഠങ്ങളായിരിക്കാം സുഖദുഃഖങ്ങളെ ഒരുപോലെ നേരിടാനുള്ള സ്ഥിതഃപ്രതിജ്ഞ ഒടുവിൽ ഉണ്ണികൃഷ്ണന് നേടിക്കൊടുത്തത്. അമിതമായ മോഹങ്ങളൊന്നും ഒരിക്കലും വച്ചുപുലർത്താതിരുന്നതിനാൽ സമ്പത്തു സ്വരൂപിക്കാനോ ഭൗതിക നേട്ടങ്ങൾ വെട്ടിപ്പിടിക്കാനോ ഒടുവിൽ ശ്രമിച്ചിട്ടില്ല. തന്റെ നേട്ടങ്ങളിൽ അദ്ദേഹം എന്നും കൃതാർഥനായിരുന്നു. കലാരംഗത്തു മാത്രമല്ല ജീവിതത്തിലും നിറവിന്റെ സംതൃപ്തി ഒടുവിൽ അനുഭവിച്ചിരുന്നു. അതുകൊണ്ടുതന്നെയാണ് പരിഭവങ്ങളോ പരാതിയോ കൂടാതെ എന്നും ഒടുവിൽ ജീവിച്ചത്. തന്നെ സമീപിക്കുന്ന ഏവരോടും നിഷ്കളങ്കമായ വിനയാന്വിതയോടെ പെരുമാറുവാനും അവരുടെ സുഖദുഃഖങ്ങളിൽ ഇഴുകിച്ചേരാനും ഒടുവിൽ ഉണ്ണികൃഷ്ണന് അവസാനംവരേയും കഴിഞ്ഞിരുന്നു.

ഒടുവിൽ ഉണ്ണികൃഷ്ണന്റെ ഉദാരതയും, സ്വന്തം അവസ്ഥകൾ പോലും മറന്ന് കയ്യയച്ച് സഹായിക്കാനുള്ള സന്നദ്ധതയും കൃതജ്ഞതാപൂർവം അനുസ്മരിക്കുന്ന നിരവധി പേരുണ്ട്. ഒടുവിലിന്റെ ജന്മദേശമായ എങ്കക്കാട്ടുകാരനും മദ്രാസിൽ ദീർഘകാലം ഹോട്ടൽ മാനേജരും മറ്റുമായി കഴിഞ്ഞിരുന്ന കുഞ്ഞോക്കർ എന്ന കുഞ്ഞ് അബൂബക്കർ തന്റെ പ്രിയ സുഹൃത്തായിരുന്ന ഉണ്ണികൃഷ്ണന്റെ ഉദാരതയെ ഇപ്പോഴും നന്ദിപൂർവം ഓർക്കുന്നു. മദ്രാസിലെ ജോലിയെല്ലാം അവസാനിപ്പിച്ച് നാട്ടിലെത്തിയ കുഞ്ഞോക്കർ സാമ്പത്തികമായി വളരെ പ്രയാസപ്പെടുന്ന ഒരു

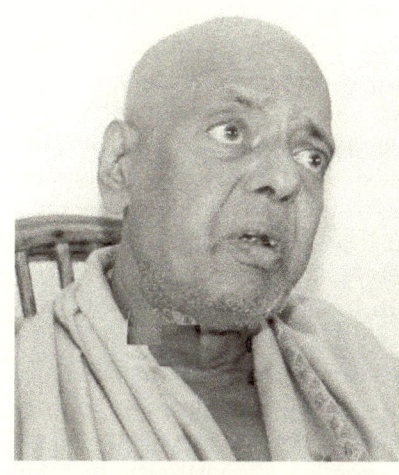

സന്ദർഭം. പലിശയ്ക്കുവാങ്ങിയ പണം പലേ അവധികൾ കഴിഞ്ഞും തിരിച്ചുകൊടുക്കാനാകാതെ വീർപ്പുമുട്ടി കഴിഞ്ഞിരുന്ന കുഞ്ഞോക്കർ എങ്ങനെയും രക്ഷപ്പെടാൻ ഒരുവഴി തേടി കേരളശ്ശേരിയിൽ ഒടുവിലിന്റെ അടുത്തെത്തി. തന്റെ സുഹൃത്തിന്റെ ബുദ്ധിമുട്ടു മനസിലാക്കിയ ഒടുവിൽ ഉടനെ 15,000 രൂപ കുഞ്ഞോക്കർക്കു കൊടുത്തു. അതിൽ പതിനായിരം രൂപ കുഞ്ഞോക്കർക്ക് അയാളുടെ കടബാധ്യതയിൽനിന്നും രക്ഷപ്പെടാൻ. ബാക്കി അയ്യായിരം തങ്ങളുടെയെല്ലാം ബാല്യകാലസുഹൃത്തായിരുന്ന ശ്രീ. മൂസയ്ക്കുള്ളത്. ക്യാൻസർ രോഗബാധിതനായി മൂസ കിടപ്പിലാണെന്ന വിവരം കുഞ്ഞോക്കർ വഴി അറിഞ്ഞപ്പോൾ ആവശ്യപ്പെടാതെ തന്നെ ആ ബാല്യകാലസുഹൃത്തിനുള്ള സഹായം കുഞ്ഞോക്കറെ ഏൽപ്പിക്കുകയായിരുന്നു.

വടക്കാഞ്ചേരി മാരാത്തുകുന്നിലെ സ്വന്തം വീട്ടിൽ വാർധക്യത്തിന്റെ അവശതകളുമായി ഇന്ന് കുഞ്ഞോക്കാർ എന്ന കുഞ്ഞ് അബൂബക്കർ കഴിയുന്നു. അന്ന് ഈ സഹായം ഉണ്ണികൃഷ്ണനിൽനിന്നും സ്വീകരിക്കുമ്പോൾ വീടിന്റെ അകത്തളത്തിൽ നടന്ന ഒരു സംഭാഷണം ഇന്നും കാതുകളിൽ മുഴങ്ങുന്നതായി അദ്ദേഹം പറഞ്ഞു.

“നാല് ദിവസം കഴിഞ്ഞാ മകളുടെ കല്യാണമാണ്. ഇതിനു മാത്രം നിന്റെ കയ്യിൽ പണം ഉണ്ടോ?” ഒടുവിലിന്റെ ജ്യേഷ്ഠ സഹോദരി ദേവകിയമ്മയുടെ ചോദ്യത്തിന് “ഈ തുകയൊന്നും ഞാൻ കഴിച്ച ഭക്ഷണത്തിനു തികയില്ല” എന്നായിരുന്നു ഒടുവിലിന്റെ മറുപടി.

മദ്രാസിലെ കഷ്ടപ്പാടുകളുടെ ദിനങ്ങളിൽ കുഞ്ഞോക്കറും ഒടുവിലിനെ സഹായിച്ചിട്ടുണ്ട്. പരസ്പരം കൊടുത്തും വാങ്ങിയുമൊക്കെയായിരുന്നു മദ്രാസിലെ ജീവിതം. എന്നിരുന്നാലും മകളുടെ വിവാഹംപോലുള്ള സുപ്രധാനഘട്ടങ്ങളിലും ഒടുവിലിന്റെ ഉദാരതയ്ക്കോ സഹായം ചെയ്യുന്നതിനുള്ള സന്നദ്ധതയ്ക്കോ കുറവുണ്ടായിരുന്നില്ല. മൂത്ത മകൾ പദ്മിനിയുടെ വിവാഹാവസരത്തിലായിരുന്നു ഈ സഹായഹസ്തം.

വടക്കാഞ്ചേരിക്കാർക്കും എങ്കക്കാട്ടുകാർക്കുമെന്നപോലെയോ അതിലേറെയോ കേരളശ്ശേരിക്കാർക്കും എന്നും അവരുടെ സ്വന്തമായിരുന്നു ഉണ്ണ്യേട്ടൻ. വിവാഹശേഷം മൂന്നുപതിറ്റാണ്ടിലേറെയായി കേരളശ്ശേരിയിൽ താമസമാക്കിയ ഒടുവിൽ ഉണ്ണികൃഷ്ണൻ എന്നും അവരിലൊരാ

ളായാണ് ജീവിച്ചത്. സിനിമയുടെ തിരക്കുകൾക്കിടയിലും കേരളശ്ശേരിയിലെ ഏതുകാര്യത്തിനും ഉണ്ണ്യേട്ടന്റെ സാന്നിധ്യം ഉണ്ടായിരുന്നു.

മികച്ച നടനുള്ള സംസ്ഥാന അവാർഡ് ഒടുവിലിന് ആദ്യമായി ലഭിച്ചപ്പോൾ കേരളശ്ശേരിയിൽവച്ച് നൽകപ്പെട്ട പൗരസ്വീകരണത്തെപ്പറ്റി സത്യൻ അന്തിക്കാട് അനുസ്മരിച്ചിട്ടുണ്ട്. സ്വീകരണ പരിപാടി വിളംബരം ചെയ്തുകൊണ്ടുള്ള വാഹന അനൗൺസ്മെന്റിൽ പറഞ്ഞിരുന്നത് "മികച്ച നടനുള്ള സംസ്ഥാന അവാർഡ് ലഭിച്ച ഉണ്ണ്യേട്ടന് സ്വീകരണം" എന്നായിരുന്നുവത്രെ! വലിയൊരു സിനിമാക്കാരനായിരുന്നുകൊണ്ട് ഒരു നാടിന്റെ മുഴുവൻ ഉണ്ണ്യേട്ടനായി മാറുക എന്നകാര്യം മറ്റൊരു അഭിനേതാവിനാലും സാധ്യമാകാത്തതാണ്.

ഇടതുപക്ഷ കമ്യൂണിസ്റ്റ് പ്രസ്ഥാനങ്ങളോട് ചായ്‌വുണ്ടായിരുന്ന നാടകസംഘങ്ങളിൽ അഭിനയിച്ചുകൊണ്ടായിരുന്നുവല്ലോ ഒടുവിൽ തന്റെ അഭിനയജീവിതം ആരംഭിച്ചത്. അതുകൊണ്ടുകൂടിയാകണം എന്നും ഇടതുപക്ഷ ആഭിമുഖ്യവും കമ്യൂണിസവും ഒടുവിലിന്റെ ഉള്ളിൽ ഉണ്ടായിരുന്നു. സഹജീവികളോട് കരുണാർദ്രമായി പെരുമാറി കലയിലും ജീവിതത്തിലും സാമൂഹ്യ പ്രതിബദ്ധത കൈമോശം വരാതെ ജീവിച്ച വ്യക്തിയായിരുന്നു ഒടുവിൽ ഉണ്ണികൃഷ്ണൻ. പൊതുതിരഞ്ഞെടുപ്പുകൾ വരുമ്പോഴും മറ്റും യാതൊരു മടിയും കൂടാതെ കമ്യൂണിസ്റ്റ് സ്ഥാനാർഥികളുടെ പ്രചാരണത്തിനായി ഇറങ്ങാൻ ഒടുവിൽ സമയം കണ്ടെത്തിയിരുന്നു. മാത്രമല്ല തന്റെ അഭിപ്രായങ്ങൾ തുറന്നുപറയാനുള്ള ആർജവം അദ്ദേഹം എന്നും കാട്ടിയിരുന്നു.

2011 ലെ നിയമസഭാ തിരഞ്ഞെടുപ്പിൽ കുഴൽമന്ദം മണ്ഡലത്തിൽ മത്സരിച്ച എ കെ ബാലന്റെ വിജയത്തിനായി ഒടുവിൽ നിരവധി തിരഞ്ഞെടുപ്പുയോഗങ്ങളിൽ പങ്കെടുക്കുകയുണ്ടായി. അതുപോലെ 2004 വടക്കാഞ്ചേരി മണ്ഡലത്തിൽ നടന്ന ഉപതിരഞ്ഞെടുപ്പ് പ്രത്യേകം എടുത്തുപറയേണ്ടതാണ്.

മുഖ്യമന്ത്രി സ്ഥാനത്തുനിന്നും എ കെ ആന്റണിയെ മാറ്റണമെന്നാവശ്യപ്പെട്ട കെ മുരളീധരനെ മന്ത്രിസ്ഥാനം നൽകി തൃപ്തിപ്പെടുത്തിയ ശേഷം നിയമസഭാംഗമാക്കി വിജയിപ്പിച്ചെടുക്കാനായിരുന്നു വടക്കാഞ്ചേരി ഉപതിരഞ്ഞെടുപ്പ്. വിജയം സുനിശ്ചിതമായ മണ്ഡലമെന്ന കണക്കുകൂട്ടലിൽ നിലവിലുണ്ടായിരുന്ന വി ബലറാം എം എൽ എ യെ രാജിവെപ്പിച്ചായിരുന്നു മുരളീധരൻ മത്സരത്തിനിറങ്ങിയത്. കെ മുരളീധരന്റെ എതിർസ്ഥാനാർഥി അന്നത്തെ സി പി ഐ (എം) വടക്കാഞ്ചേരി ഏരിയ സെക്രട്ടറിയായിരുന്ന ഇപ്പോഴത്തെ തൃശൂർ ജില്ലാ സെക്രട്ടറി എ സി മൊയ്തീനായിരുന്നു. കേരളം മുഴുവൻ ശ്രദ്ധിച്ച ആ തിരഞ്ഞെടുപ്പിൽ കെ മുരളീധരൻ തോൽക്കുകയും എ സി മൊയ്തീൻ വിജയിക്കുകയുമുണ്ടായി.

തന്റെ തട്ടകമായ വടക്കാഞ്ചേരി മണ്ഡലത്തിൽ നടന്ന ആ ഉപതിരഞ്ഞെടുപ്പിൽ എ സി മൊയ്തീന്റെ വിജയത്തിനായി ഒരു മുഴുവൻ സമയ

പാർട്ടി അംഗം എങ്ങനെയാണോ തിരഞ്ഞെടുപ്പു പ്രചാരണത്തിൽ ഏർപ്പെടുന്നത് അതുപോലെ ഒടുവിൽ ഉണ്ണികൃഷ്ണൻ തിരഞ്ഞെടുപ്പു പ്രചാരണയോഗങ്ങളിൽ പങ്കെടുത്തു. കേരള കലാമണ്ഡലം വൈസ് ചെയർമാനും സി പി എം നേതാവും എം എൽ എ യുമായിരുന്ന എ എസ് എൻ നമ്പീശൻ, പ്രശസ്ത കഥകളി സംഗീതജ്ഞനും ഒടുവിലിന്റെ ആത്മമിത്രവുമായ കലാമണ്ഡലം ഹൈദരാലി എന്നിവരും ഒടുവിലിനോടൊപ്പം യോഗങ്ങളിൽ പങ്കെടുത്തിരുന്നു.

കലാമണ്ഡലത്തിൽ ജോലിയുള്ളതിനാൽ തിരഞ്ഞെടുപ്പു പ്രചാരണത്തിനിറങ്ങുന്നത് തന്റെ ജോലിയെ ബാധിക്കുമോ എന്ന ആശങ്ക ഇടയ്ക്ക് ഹൈദരാലി ഒടുവിലുമായി പങ്കുവെക്കുമായിരുന്നു മാത്രമല്ല. "രാഷ്ട്രീയമെല്ലാം വോട്ടു ചെയ്യുമ്പോൾ പോരേ ഉണ്ണികൃഷ്ണാ" എന്നും ഹൈദരാലി ചോദിക്കും. എന്നാൽ ഒടുവിൽ ഉണ്ണികൃഷ്ണന് ഇക്കാര്യത്തിൽ ഒരു ആശങ്കയും ഉണ്ടായിരുന്നില്ല. രംഗത്തിറങ്ങി പ്രവർത്തിക്കേണ്ടത് തന്റെ കടമയായി ഒടുവിൽ ഉണ്ണികൃഷ്ണൻ കണ്ടു. പ്രധാന കേന്ദ്രങ്ങളിലെ യോഗങ്ങൾക്കൊടുവിൽ അദ്ദേഹം പറഞ്ഞുനിർത്തും "ഇനി വിജയിച്ചശേഷം നിങ്ങളിവിടെ മൊയ്തീന് സ്വീകരണം കൊടുക്കുമ്പോൾ ഞാൻ വീണ്ടും വരാം." എ സി മൊയ്തീൻ ജയിച്ച് വടക്കാഞ്ചേരിയിൽ ചേർന്ന സ്വീകരണ യോഗത്തിൽ പങ്കെടുക്കുവാനൻ പോകവെ ഒടുവിൽ ഉണ്ണികൃഷ്ണൻ സഞ്ചരിച്ചിരുന്ന ജീപ്പ് അപകടത്തിൽപ്പെട്ടു. അദ്ദേഹത്തിന് നിസ്സാരപരിക്കുകളും പറ്റിയെങ്കിലും അദ്ദേഹം യോഗത്തിൽ പങ്കെുതത്തു.

ഒരിക്കൽ പാലക്കാട് പോലീസ് സൂപ്രണ്ട് ഓഫീസിലേക്കു നടന്ന ഒരു മാർച്ചിനിടെ ഉണ്ടായ ലാത്തിച്ചാർജിൽ ശ്രീ. ശിവദാസമേനോൻ, എൻ എൻ കൃഷ്ണദാസ് എം പി തുടങ്ങി നിരവധി കമ്യൂണിസ്റ്റുകാർക്ക് ക്രൂരമർദനം ഏൽക്കുകയുണ്ടായി. ഈ വാർത്ത പുറത്തുവന്നതും താൻ നാട്ടിലെ എന്ത് ആവശ്യത്തിനും വിളിക്കുന്ന അയൽക്കാരനും ഇപ്പോൾ ഒടുവിൽ ഫൗണ്ടേഷൻ സെക്രട്ടറിയുമായ ശ്രീ. പദ്മകുമാറിനെ ഒടുവിൽ വിളിച്ചു. "ഓമനക്കുട്ടാ വീട്ടിൽ നമ്മുടെ കൊടിയിരിക്കുന്നുണ്ടോ? ഒരു കൊടിയുമായി ഉടനെ ഇങ്ങട്ട് വരണം. ഞാൻ ഇപ്പോ തന്നെ പാലക്കാട്ടേയ്ക്കു പുറപ്പെടുകയാണ്. ഒറ്റയ്ക്ക് കൊടിയും പിടിച്ച് ഈ മർദനത്തിനെതിരെ അവിടെ ചെന്ന് പ്രതിഷേധം അറിയിക്കാൻ പോവുകയാണ്." ഒടുവിൽ രോഷത്തോടെ പറഞ്ഞുനിർത്തി. പാലക്കാട്ടുള്ള പാർട്ടിക്കാരേയും പത്രപ്രതിനിധികളേയും വിളിച്ച് പദ്മകുമാർ വിവരം അറിയിച്ചു. "ഉണ്ണ്യേട്ടൻ പറഞ്ഞതുപോലെ ചെയ്യും എന്തുവേണമെന്ന് ആലോചിക്കുകയാണ്. "സിനിമാനടനാണെന്നൊന്നും ആരും നോക്കില്ല കൊടിയുമായി ഇപ്പോൾ ഇവിടെ വന്നാൽ പോലീസിന്റെ തല്ലുകിട്ടും." ഒരു കാരണവശാലും ഇങ്ങോട്ടു വിടരുതെന്നായിരുന്നു പദ്മകുമാറിനു കിട്ടിയ നിർദേശം. പിന്നീട് വളരെ പണിപ്പെട്ടാണ് ഒടുവിലിനെ ശാന്തനാക്കിയത്. എങ്കിലും ഈ അക്രമത്തിനെതിരായി ശക്തമായ പ്രസ്താവന കൊടു

ത്തിട്ടെ അൽപ്പമെങ്കിലും അദ്ദേഹത്തിന്റെ രോഷം അടങ്ങിയുള്ളു. ഇതായിരുന്നു ഒടുവിൽ ഉണ്ണികൃഷ്ണന്റെ പ്രതികരണരീതി. വരുംവരായ്കകളോ ലാഭനഷ്ടങ്ങളോ ഒന്നും നോക്കാതെ തന്റെ ശരികൾക്കുവേണ്ടി കലഹിക്കാനും പ്രയാസങ്ങൾ ഏറ്റുവാങ്ങാനും എന്നും അദ്ദേഹം ഒരുക്കമായിരുന്നു.

ഒടുവിൽ ഉണ്ണികൃഷ്ണന്റെ പരോപകാരവും എന്നും അന്യരെ സഹായിക്കാനുള്ള മനസ്സിനെപ്പറ്റിയും സിനിമാലോകത്തു നിന്നും ധാരാളം ഉദാഹരണങ്ങൾ ചൂണ്ടിക്കാട്ടാനുണ്ട്. സത്യൻ അന്തിക്കാടും ലോഹിതദാസുമെല്ലാം അത് വിശദമായി പ്രതിപാദിച്ചിട്ടുണ്ട്. സംവിധായകൻ, തിരക്കഥാകൃത്ത്, നടൻ ഇവയെല്ലാമായ ശ്രീ. പി ശ്രീകുമാർ ഒരു അനുഭവം പങ്കുവയ്ക്കുക ഉണ്ടായി. ഒരിക്കൽ മദ്രാസിൽ ശ്രീകുമാറിന്റെ മുറിയിൽ ചെന്ന ഒടുവിൽ തന്നെയൊന്ന് ബിച്ചു തിരുമലയുടെ അടുത്തുകൊണ്ടു ചെല്ലണമെന്നാവശ്യപ്പെട്ടു. ബിച്ചു തിരുമല ഒരു അപകടത്തിൽപ്പെട്ട് ഇനി തിരിച്ചു വരില്ല എന്നു കരുതിയതാണ്. ഈ വിവരം അറിഞ്ഞ ഒടുവിൽ ബിച്ചുവിനെ ഒന്നു കാണാൻ കൊണ്ടുപോകാൻ ആവശ്യപ്പെട്ടതായിരുന്നു. അദ്ദേഹത്തെ കണ്ട് തന്റെ കൈവശമുണ്ടായിരുന്ന അയ്യായിരം രൂപ ബിച്ചുവിനു കൊടുക്കണം. അവിടെ ചെന്നു കണ്ടു. പൈസ ബിച്ചുതിരുമലയുടെ കൈയ്യിൽ കൊടുത്തു. ബിച്ചുവിന്റെ അവസ്ഥകണ്ട് കരഞ്ഞുകൊണ്ടായിരുന്നു ഒടുവിൽ മുറിയിൽനിന്നും പുറത്തുവന്നത്. ഒടുവിലിന്റെ സാമ്പത്തിക സ്ഥിതി ഏറെയൊന്നും ഭദ്രമല്ലാതിരുന്ന ആദ്യകാലത്തായിരുന്നു ഈ സംഭവമെന്ന് ശ്രീകുമാർ ഓർത്തു.

യാത്രക്കാരുടെ ശ്രദ്ധയ്ക്ക് എന്ന സിനിമയിൽ ഒടുവിൽ അഭിനയിച്ചിരുന്നു. ഈ സിനിമയുടെ ചിത്രീകരണം പൂർത്തിയായി വരുന്ന ഘട്ടത്തിൽ ഒടുവിൽ സംവിധായകനായ സത്യൻ അന്തിക്കാടിനോടു പറഞ്ഞു "ഈ സിനിമയിലെ ഉറപ്പിച്ച പ്രതിഫലം മുഴുവൻ എനിക്കുവേണ്ട, പകുതി പൈസ മതിയെന്ന് പ്രൊഡ്യൂസറോട് പറയണം." സത്യൻ കാര്യം തിരക്കി. ''എന്താ ഉണ്ണ്യേട്ടൻ പറയുന്നത്? മുഴുവൻ പൈസയും വാങ്ങണം." പക്ഷേ ഒടുവിൽ അതിനു വഴങ്ങിയില്ല. കാരണം ആ നിർമാതാവിന്റെ യാത്രക്കാരുടെ ശ്രദ്ധയ്ക്ക് എന്നതിന്റെ തൊട്ടുമുമ്പിലെ സിനിമ ഒരു പരാജയമായിരുന്നുവത്രെ! അതുകൊണ്ട് അദ്ദേഹത്തെ സഹായിക്കേണ്ട ബാധ്യതയുണ്ടെന്നായിരുന്നു ഒടുവിലിന്റെ പക്ഷം. ഇവിടെ എടുത്തുപറയേണ്ട കാര്യം ആ നഷ്ടം വന്ന സിനിമയിൽ ഒടുവിൽ അഭിനയിച്ചിരുന്നില്ല എന്നതാണ്.

തന്നെ സമീപിക്കുന്ന ആർക്കും ഒടുവിൽ കഴിയുന്ന സഹായങ്ങൾ ചെയ്തിരുന്നു. സിനിമാ പ്രവർത്തകരെന്നോ നാട്ടുകാരെന്നോ മാത്രമല്ല, കുടുംബത്തിലെ ബന്ധുക്കളും ഒടുവിലിന്റെ സഹായങ്ങൾ സ്വീകരിച്ചിരുന്നു. ഉണ്ണികൃഷ്ണന്റെ സഹോദരിമാരുടെ ഏതാവശ്യങ്ങളും നിറവേറ്റി കൊടുക്കുന്നതിൽ എന്നും അദ്ദേഹം ശ്രദ്ധിച്ചിരുന്നു. മരുമക്കളായ രഘു മുതലായവരുടേയും എല്ലാ കാര്യങ്ങളും ഉണ്ണികൃഷ്ണൻ അന്വേഷിച്ചി

രുന്നു. ഉണ്ണികൃഷ്ണന്റെ ഭാര്യാസഹോദരീ സ്ഥാനത്തുവരുന്ന ഷീല അകാലത്തിൽ വൈധവ്യം ഏറ്റുവാങ്ങേണ്ടിവന്നവരാണ്. അവരുടെ കുടുംബത്തിനോടും അദ്ദേഹത്തിന് പ്രത്യേകം മമത ഉണ്ടായിരുന്നു. ഉണ്ണികൃഷ്ണന്റെ ഭാര്യയുടെ അമ്മാവന്മാരായ അങ്കരാത്ത് വാസുദേവനുണ്ണി മന്ദാടിയാരും ശ്രീധരനുണ്ണി മന്ദാടിയാരും കേരളശ്ശേരി പഞ്ചായത്തിന്റെ മുൻ പ്രസിഡന്റുമാരാണ്. ഈ രണ്ട് അമ്മാവന്മാരോടും ഉണ്ണികൃഷ്ണന് ഏറെ സ്നേഹാദരങ്ങൾ ഉണ്ടായിരുന്നു.

സിനിമയുടെ തിരക്കുകൾക്കിടയിൽ വീണുകിട്ടുന്ന ഒഴിവുകളിൽ എപ്പോഴും കേരളശ്ശേരിയിലെത്തുന്ന ഒടുവിൽ വീട്ടിലെത്തിക്കഴിഞ്ഞാൽ തികച്ചും ഒരു തറവാട്ടു കാരണവർ തന്നെയായിരുന്നു. സിനിമയുടെ മായിക വർണ്ണങ്ങളിൽപെട്ട് പുറംമോടിയോ ജാഡകളോ ഇല്ലാതെ, നാട്ടിൻപുറത്തിന്റെ നന്മകളിൽ അലിഞ്ഞുചേരാൻ ഒടുവിലിനു കഴിഞ്ഞിരുന്നു. സുഹൃത്തുക്കളും നാട്ടുകാരുമൊത്ത് സൗഹൃദം പങ്കുവച്ച് നടക്കാനിറങ്ങുന്ന അദ്ദേഹം കേരളശ്ശേരിക്കാർക്ക് ഒരിക്കലും അപ്രാപ്യനായ ഒരു താരമായിരുന്നില്ല. മറിച്ച് അവരിലൊരാളായ അവരുടെ ഉണ്ണ്യേട്ടൻ മാത്രം.

ഒടുവിൽ ഉണ്ണികൃഷ്ണൻ എന്ന മനുഷ്യസ്നേഹിയെ, പച്ച മനുഷ്യനെ അകമഴിഞ്ഞ് സ്നേഹിച്ചിരുന്ന അനവധിയാളുകൾ കേരളശ്ശേരിയിലും പരിസരത്തുമുണ്ട്. നിഷ്കളങ്കതയും മനുഷ്യസ്നേഹവും മാത്രം കൈമുതലായുള്ള നാട്ടിൻപുറത്തിന്റെ പുണ്യം കൈവെടിഞ്ഞിട്ടില്ലാത്ത സാധാരണ മനുഷ്യർ. ഒടുവിൽ നീലാഞ്ജനത്തിൽ താമസിക്കാനായി എത്തിയതു മുതൽ അദ്ദേഹത്തിന്റെ സന്തതസഹചാരിയായിരുന്നു മാനു. അയൽക്കാരനായ മാനു – തത്ത ദമ്പതികൾ അദ്ദേഹത്തിന്റെ വീട്ടുകാര്യങ്ങളും ചിട്ടയോടെ നോക്കിയിരുന്നു. ഒരു നിഴൽ പോലെ മാനു എന്നും കൂടെയുണ്ടായിരുന്നു. ഒടുവിലിന്റെ ആവശ്യങ്ങൾ കണ്ടറിഞ്ഞ് സാധിച്ചു കൊടുക്കാനുള്ള കഴിവ് മാനുവിന് ഉണ്ടായിരുന്നു. ഒരു നോട്ടം, അല്ലെങ്കിൽ ഒരു ആംഗ്യം ഇതിൽനിന്നെല്ലാം മാനു ആവശ്യങ്ങൾ മനസ്സിലാക്കി അവ സാധിപ്പിച്ചു കൊടുക്കുമായിരുന്നു. പ്രിയതമ പത്മജ അടുക്കള കാര്യങ്ങളുടെ മേൽനോട്ടം വഹിക്കുമ്പോൾ മാനുവിന്റെ ഭാര്യ തത്ത ഇഷ്ടവിഭവങ്ങളൊരുക്കുന്നതിൽ പ്രധാന പങ്കുവഹിച്ചു. ഒടുവിലും മാനുവും തമ്മിലുള്ള ഹൃദയബന്ധം സുദൃഢമായിരുന്നു. ഉണ്ണികൃഷ്ണന്റെ ഹൃദയബന്ധങ്ങളൊന്നും വലിപ്പച്ചെറുപ്പങ്ങളെ അടിസ്ഥാനപ്പെടുത്തിയായിരുന്നില്ല. അത് മനുഷ്യമനസ്സിന്റെ നന്മയുടെ അടിസ്ഥാനത്തിലായിരുന്നു രൂപപ്പെട്ടിരുന്നത്.

ഇന്നും ഒടുവിലിന്റെ വിയോഗം സൃഷ്ടിച്ച കുറവ് കേരളശ്ശേരിക്കാർ പല രൂപത്തിലും ഓർക്കുന്നുണ്ട്. ഉണ്ണികൃഷ്ണൻ ഉണ്ടായിരുന്ന സമയത്ത് കേരളശ്ശേരിയിൽ വൈദ്യുതി വിതരണം നിലച്ചാലും ഉടനടി പുനഃസ്ഥാപിക്കപ്പെടുമായിരുന്നു. കാരണം ഒടുവിൽ ബന്ധപ്പെട്ടവരെ ഉടനെ വിളിക്കും. കാര്യം നടക്കാതെ വരുന്തോറും ആ ഫോൺ വിളികൾ ഏറ്റവും

ഉന്നതകേന്ദ്രങ്ങൾവരെ എത്തും. ഇത് ഉദ്യോഗസ്ഥർക്കെല്ലാം അറിയാം. അതുകൊണ്ട് അവർ കഴിയുന്നത്രവേഗം കാര്യങ്ങൾ ശരിയാക്കുക പതിവായിരുന്നു. കേരളശ്ശേരിയിലെ സാധാരണക്കാരായ നാട്ടുകാരിൽ പലരും ഓർത്ത ഒരു കാര്യമാണിത്.

ഒടുവിൽ ഉണ്ണികൃഷ്ണൻ എന്ന നടൻ അവതരിപ്പിച്ച കഥാപാത്രങ്ങൾ മലയാള സിനിമയിലേയും ചരിത്രത്തിന്റേയും ഭാഗമായിത്തീർന്നത് നാം കണ്ടു. തലമുറകളിൽ നിന്നും തലമുറകളിലേക്ക് കൈമാറി, വരുന്ന ഓരോ തലമുറയും ഈ കഥാപാത്രങ്ങളേയും ഒടുവിൽ എന്ന നടന്റെ സിദ്ധികളേയും വിലയിരുത്തും. എന്നാൽ ഒടുവിൽ ഉണ്ണികൃഷ്ണൻ എന്ന വ്യക്തിയെ വിലയിരുത്തുന്നത് അദ്ദേഹത്തോടൊപ്പം സഞ്ചരിച്ച ഈ തലമുറയാണ്. അങ്ങിനെ ഒടുവിൽ ഉണ്ണികൃഷ്ണൻ എന്ന വ്യക്തിയെ അടുത്തറിഞ്ഞ, ഇടപഴകിയ, ഒരു സമൂഹത്തിന് ഒന്നായി വരുംതലമുറയോട് പറയാനുള്ളത്, ഒടുവിൽ അസാമാന്യമായ അഭിനയസിദ്ധികളുള്ള ഒരു നടൻ മാത്രമായിരുന്നില്ല ഒരു യഥാർഥ മനുഷ്യ സ്നേഹി കൂടിയായിരുന്നുവെന്നാണ്.

ഈ മനുഷ്യസ്നേഹിയുടെ, മഹാപ്രതിഭയുടെ, ജീവിതവഴികളിലൂടെ സഞ്ചരിക്കാനുള്ള ഒരു എളിയ ശ്രമം ഇവിടെ തുടങ്ങുന്നു.

ജനനവും ബാല്യവും

തൃശൂർ ജില്ലയിലെ വടക്കാഞ്ചേരിക്കടുത്ത് എങ്കക്കാട് ഗ്രാമം. അകമലയ്ക്കു കീഴെ പച്ചവിരിപ്പിട്ടപോലെ പ്രശാന്തസുന്ദരമായ ഗ്രാമം. രുധിരമഹാകാളി കാവിലമ്മയുടെ തട്ടകം. പുകൾപെറ്റ ഉത്രാളിക്കാവ് പൂരം. പൂരത്തിന്റെ പ്രധാന പങ്കാളിത്തക്കാരായ എങ്കക്കാട് ദേശം. ഇവിടുത്തെ പ്രശസ്തമായ ഒടുവിൽ തറവാട്ടിൽ ഈച്ചരത്ത് കുഞ്ഞികൃഷ്ണമേനോന്റെയും ഒടുവിൽ പാറുകുട്ടിയമ്മയുടേയും ഏഴുമക്കളിൽ ഒടുവിലത്തെ സന്താനമായി ഉണ്ണികൃഷ്ണൻ ജനിച്ചു. 1944 ഫെബ്രുവരി 13 ന് കുംഭമാസത്തിലെ അത്തം നാളിലായിരുന്നു ജനനം.

കുന്നംകുളത്ത് അക്കിക്കാവിൽ ഈച്ചരത്ത് തറവാട്ടിലെ അംഗമായിരുന്ന ഉണ്ണികൃഷ്ണന്റെ അച്ഛൻ കുഞ്ഞികൃഷ്ണമേനോൻ മകന്റെ പേരിടൽ നാളിലേ ഈ ലോകത്തോട് വിട പറഞ്ഞു. ഉണ്ണികൃഷ്ണൻ ജനിച്ച് ഇരുപത്തെട്ടാം നാളിൽ അച്ഛനെ നഷ്ടപ്പെട്ടു. അനാരോഗ്യം അലട്ടിയിരുന്ന അമ്മയുടെ ലാളനയും ഉണ്ണികൃഷ്ണന് അധികംനാൾ അനുഭവിക്കാനായില്ല. ഉണ്ണികൃഷ്ണൻ ബാല്യം പിന്നിടുമ്പോഴേയ്ക്കും അമ്മ പാറുക്കുട്ടിയമ്മയും എന്നെന്നേക്കുമായി യാത്രചൊല്ലി. ഉണ്ണികൃഷ്ണന് 9 വയസ്സുള്ളപ്പോഴായിരുന്നു അമ്മയുടെ മരണം.

വലിയൊരു കൂട്ടുകുടുംബമായിരുന്നു ഒടുവിൽ തറവാട്. നാലു ജ്യേഷ്ഠസഹോദരന്മാരും രണ്ട് ജ്യേഷ്ഠസഹോദരിമാരും ഉണ്ണികൃഷ്ണന് കൂടപ്പിറപ്പുകളായി ഉണ്ടായിരുന്നു. ബാല്യത്തിലേ നഷ്ടമായ മാതാപിതാക്കളുടെ ലാളനയും സംരക്ഷണവും ലഭിച്ചത് ഈ കൂടപ്പിറപ്പുകളിൽ നിന്നായിരുന്നു. അതിൽ തന്നെ മൂത്തസഹോദരി ദേവകിയമ്മ ഈ സഹോദരനെ സ്നേഹിച്ചത് മകനെപ്പോലെയായിരുന്നു.

കലാസാഹിത്യാഭിരുചികളാൽ സമ്പന്നമായ തറവാടായിരുന്നു ഒടു

വിൽ തറവാട്. സരസകവി ഒടുവിൽ കുഞ്ഞികൃഷ്ണമേനോന്റെ സ്വന്തം അനന്തിരവളായിരുന്നു ഉണ്ണികൃഷ്ണന്റെ അമ്മ പാറുക്കുട്ടിയമ്മ. നാടകാഭിനയം, സംഗീതം എന്നിവയിലെല്ലാം ജ്യേഷ്ഠസഹോദരന്മാർക്ക് അഭിരുചി ഉണ്ടായിരുന്നു. വടക്കാഞ്ചേരി സ്കൂളിൽ പഠിച്ചിരുന്ന ജ്യേഷ്ഠ സഹോദരന്മാർ അക്കാലത്തെ സ്കൂൾ നാടകങ്ങളിൽ അഭിനയിക്കുമായിരുന്നു.

അച്ഛനില്ലാത്ത മകനെ – ഉണ്ണികൃഷ്ണനെ, സ്കൂളിൽ ചേർത്തത് മൂത്ത ജ്യേഷ്ഠനായിരുന്നു. എങ്കക്കാട് രാമ ലോവർ പ്രൈമറി സ്കൂളിൽ ഒന്നാംക്ലാസിലെ ആദ്യദിനം ഉണ്ണികൃഷ്ണൻ പിന്നീട് ഓർക്കാറുണ്ട്. അനുജനെ സ്കൂളിലാക്കി ജ്യേഷ്ഠൻ വീട്ടിൽ തിരിച്ചെത്തുന്നതിനു മുമ്പുതന്നെ കക്ഷി വീട്ടിലെത്തി. ജ്യേഷ്ഠൻ റോഡിലൂടെ നടന്ന് വീട്ടിൽ എത്തുമ്പോഴേയ്ക്കും ഉണ്ണികൃഷ്ണൻ പാടം വഴി ഓടി വീട്ടിലെത്തി. ടീച്ചറെ പേടിച്ചിട്ടായിരുന്നു ഈ ഓട്ടം. ടീച്ചറുടെ കയ്യിലെ വടി കണ്ടപ്പോൾ അടി ഉറപ്പിച്ച ഉണ്ണികൃഷ്ണൻ അതിൽ നിന്നും രക്ഷപ്പെടാനായി ഓടുകയായിരുന്നു.

ഉണ്ണികൃഷ്ണന്റെ അധ്യയന ജീവിതത്തിലെ ഒരു നിമിത്തമായി ആദ്യദിനത്തിലെ സ്കൂൾ മതിൽകെട്ടിനുപുറത്തേയ്ക്കുള്ള ഈ ഓട്ടത്തെ കാണാം. വിദ്യാലയത്തിലെ ചുവരുകൾക്കു പുറത്തായിരുന്നു യഥാർഥത്തിൽ ഉണ്ണികൃഷ്ണന്റെ വിദ്യാഭ്യാസം നടന്നത്. അക്ഷരങ്ങളും അക്കങ്ങളും പരീക്ഷകളും ചൂരൽ വടികളും അതിരിടാത്ത സംഗീതത്തിന്റെയും അഭിനയത്തിന്റെയും വിശാലലോകത്തായിരുന്നു അവ.

പഠനത്തിൽ ഉണ്ണികൃഷ്ണൻ എന്നും ഒടുവിലായിരുന്നു. എന്നാൽ പാഠ്യേതര കലാവിഷയങ്ങളിൽ എന്നും ഒന്നാമനും. അതുകൊണ്ടുതന്നെ സ്കൂളിലെ മുഴുവൻ ആളുകളുടേയും സ്നേഹവും ആദരവും നേടി. താരമായിട്ടായിരുന്നു ഉണ്ണികൃഷ്ണന്റെ സ്കൂൾ ജീവിതം. എങ്കക്കാട് രാമ ലോവർ പ്രൈമറി സ്കൂളിൽ നിന്നും വടക്കാഞ്ചേരി സ്കൂളിലേക്ക് എത്തിയപ്പോഴേയ്ക്കും തബല വായിക്കാൻ തുടങ്ങിയിരുന്നു. അതിനകം ഉണ്ണികൃഷ്ണൻ തബലയ്ക്കൊപ്പം മൃദംഗവും വായ്പ്പാട്ടും അഭ്യസിക്കാൻ ആരംഭിച്ചു. വായ്പ്പാട്ടിലും തബലയിലും ഗുരുനാഥൻ കലാമണ്ഡലം വാസുദേവപ്പണിക്കർ ആയിരുന്നു.

കൊട്ടും പാട്ടും നാടകവും ചങ്ങാത്തവുമായി കഴിഞ്ഞ സ്കൂൾ ജീവിതത്തിനിടയിൽ ഉണ്ണികൃഷ്ണന്റെ ഭാവി നിർണയിക്കപ്പെടുകയായിരുന്നു. സംഭവബഹുലമായിരുന്നു ആ സ്കൂൾ കാലഘട്ടം. കലാപ്രവർത്തനം കൊണ്ട് കണ്ണിലുണ്ണിയായിത്തീർന്നതിനാൽ ഒ ഉണ്ണികൃഷ്ണൻ എന്നു പേരെഴുതി വച്ചാൽ തന്നെ ധാരാളം മതി, ജയിപ്പിച്ചോളും എന്നായി വിശ്വാസം.

ജനനം മുതൽക്ക് ജീവിതത്തിന്റെ കയ്പ്പുനീർ കുടിച്ചുകൊണ്ടായിരുന്നു ഉണ്ണികൃഷ്ണൻ വളർന്നത്. രജിസ്ട്രാർ ആഫീസിൽ ക്ലർക്കായിരുന്ന അച്ഛനെ നഷ്ടപ്പെട്ടത് ഉണ്ണികൃഷ്ണൻ ജനിച്ചു മിഴി ഉറയ്ക്കുന്ന

ഒടുവിൽ: മായാത്ത ഭാവങ്ങൾ
ഇ ജയചന്ദ്രൻ

ഉണ്ണികൃഷ്ണൻ പഠിച്ച വടക്കാഞ്ചേരി സ്കൂൾ

തിനു മുമ്പായിരുന്നു. അതിനോടകം ആൻഡമാനിൽ മിലിട്ടറി പോലീസിൽ ഉദ്യോഗം ലഭിച്ചിരുന്ന സഹോദരന്മാർക്കായിരുന്നു പിന്നീടും കുടുംബഭാരം.

ദാരിദ്ര്യവും ക്ലേശവും നിറഞ്ഞ ബാല്യത്തിലും ഉണ്ണികൃഷ്ണന്റെ വാസന കലയോടായിരുന്നു. എട്ടാം ക്ലാസിൽ പഠിക്കുമ്പോഴെ പുറത്ത് വേദികളിൽ തബല വായിക്കാൻ പോകാൻ തുടങ്ങി. ഓട്ടുപാറയിലെ ഓല തിയേറ്ററിൽ കലാനിലയത്തിന്റെയും മറ്റും നാടകങ്ങൾ വരുമ്പോൾ ആവേശപൂർവം കാണാൻ പോകും. സംഗീതവും അഭിനയവും മനസ്സുനിറയെ കൊണ്ടു നടന്ന ബാല്യത്തിൽ അവയ്ക്കു വേരോടാൻ പറ്റിയ ഭൂമികയും ഉണ്ണികൃഷ്ണനു ലഭിച്ചു. നന്നെ ചെറുപ്പത്തിലേ ഉണ്ണികൃഷ്ണന്റെ കളിക്കൂട്ടുകാരനായി ഉണ്ടായിരുന്നത് ഭരതനും കലാമണ്ഡലം ഹൈദ്രാലിയും മറ്റുമായിരുന്നു.

ഭരതനും, ഹൈദ്രാലിയും ഉൾപ്പെടെയുള്ള നിരവധി സുഹൃത്തുക്കളുമൊത്തുമുള്ള എങ്കക്കാട്ടെ സായാഹ്നങ്ങൾ ഉണ്ണികൃഷ്ണന്റെ മനസ്സിൽ എന്നും നിറഞ്ഞുനിന്നിരുന്നു. എങ്കക്കാട്ടുള്ള ഒരു ശവക്കോട്ടയായിരുന്നു ഈ സുഹൃത്തുക്കളുടെ സംഗമസ്ഥാനം. ഹൈദ്രാലി, ഭരതൻ, അബൂബക്കർ, മൊയ്തൂട്ടി, മൂസ അങ്ങിനെ നീളുന്നതാണ് ആ ചങ്ങാതിക്കൂട്ടം. ഈ സംഗമവേദികളിൽ ഹൈദ്രാലിയുടെ ഇനം അന്നും പാട്ടായിരുന്നു. ഒഴിവുദിനങ്ങളിൽ ഭരതന്റെ വീട്ടിൽ പോകും. അവിടെ ഭരതന്റെ വിനോദം പ്രതിമ നിർമാണമാണ്. കുറേനേരം അതും നോക്കിയിരിക്കും. കളിമൺ കുഴച്ച് പ്രതിമയുണ്ടാക്കാൻ സഹായിക്കും. ശകുന്തളയുടെ പ്രതിമയാണ് ലക്ഷ്യം. പലപ്പോഴും കുടം രൂപപ്പെടുമ്പോഴേയ്ക്കും ശകുന്തള വീഴും.

പിന്നെ ഒരു 120 ക്യാമറ വച്ച് ചിത്രം എടുക്കുക. ഇതും അക്കാലത്തെ വിനോദങ്ങളിൽ ഒന്നായിരുന്നു.

ഉണ്ണികൃഷ്ണൻ ബാല്യത്തിൽ വീരാരാധനയോടെ കണ്ടിരുന്ന കഥാപാത്രമായിരുന്നു എം ജി ആർ. ഈ ആരാധന ആവേശമായി മാറിയപ്പോൾ പല അഭ്യാസങ്ങളും കാണിക്കുക പതിവാണ്. കല്ലു വെട്ടിയെടുത്ത മടയിലേക്ക് വാളുണ്ടാക്കി ചാടും. അപകടം പിടിച്ച ഇത്തരം കളികളും അന്നുണ്ടായിരുന്നു.

ഈ എം ജി ആർ കമ്പം തലയ്ക്കു പിടിച്ച ഉണ്ണികൃഷ്ണൻ ഒമ്പതാം ക്ലാസിൽ പഠിക്കുമ്പോൾ മറ്റൊരു സാഹസവും കാട്ടി. എം ജി ആറിനെ കാണാനായി മദിരാശിക്ക് ഒരു ഒളിച്ചോട്ടം. മദ്രാസിൽ ചെന്നാൽ എം ജി ആറിനെ നേരിൽ കാണാം എന്നായിരുന്നു വിശ്വാസം. ഉണ്ണികൃഷ്ണന്റെ ജ്യേഷ്ഠസഹോദരി ശ്രീമതി ഗിരിജ അനുജന്റെ ഈ ഒളിച്ചോട്ടത്തെ കുറിച്ച് പറഞ്ഞിട്ടുണ്ട്. "ഒമ്പതാം ക്ലാസിൽ പഠിക്കുന്ന അനുജനെ ചെമ്മീൻ പൊടി വാങ്ങാൻ പറഞ്ഞയച്ചു. ചെമ്മീനും മാങ്ങയും കൂടി കറിയുണ്ടാക്കാൻ മാങ്ങ മുറിച്ച് അടുപ്പത്ത് വച്ചു. കറിവെന്തു തുടങ്ങി. ചെമ്മീൻ പൊടി വന്നില്ല. മണി പന്ത്രണ്ടാകാറായി. എന്തോ പന്തികേടു തോന്നി. മുറിയിൽ ചെന്ന് പെട്ടിതുറന്നു നോക്കി. അപ്പോൾ മനസിലായി തന്റെ സ്വർണമാല കാണാനില്ല, അനുജനേയും. അന്വേഷണമായി. അന്ന് എങ്കക്കാട്ടുള്ള ഒരേയൊരു പണമിടപാട് സ്ഥാപനം മല്ലയ്യയുടേതാണ്. അവിടെചെന്ന് അന്വേഷിച്ചു. ഉണ്ണികൃഷ്ണൻ മാല അവിടെ പണയം വെച്ചിരിക്കുന്നു. 90 രൂപയ്ക്കാണ് പണയം വച്ചിട്ടുള്ളത്. മാത്രമല്ല 7–ാം ക്ലാസിൽ പഠിക്കുന്ന ഷെറീഫ് എന്ന കുട്ടിയുമൊത്താണ് നാടു വിട്ടിരിക്കുന്നത് എന്നും മനസിലായി."

മദ്രാസിൽ ചുറ്റിക്കറങ്ങിയെങ്കിലും എം ജി ആറിനെ കാണാൻ പറ്റിയില്ല. എന്നാൽ തന്റെ നാട്ടുകാരനും ബന്ധുവുമായ പി എൻ മേനോൻ അവിടെയുണ്ടല്ലോ അദ്ദേഹത്തെയെങ്കിലും കണ്ടാൽമതി എന്നായി. പി എൻ മേനോൻ എന്നാണ് പേര് എന്നറിയാതെ അവിടെ മുഴുവൻ തന്റെ നാട്ടുകാരനായ നാരായണയനെ അന്വേഷിച്ചായി പിന്നെ അലച്ചിൽ. ധാരാളം നാരായണന്മാരെ കണ്ടുവെങ്കിലും അവരാരും പി എൻ മേനോൻ ആയിരുന്നില്ല.

വാസവി സ്റ്റുഡിയോവിൽ ചെന്നാൽ എം ജി ആറിനെ കാണാൻ പറ്റും എന്നു പലരും പറഞ്ഞപ്പോൾ അൻപതു പൈസയ്ക്കു ടാക്സി പിടിച്ച് അവിടെചെന്നു. അവിടെയും നിരാശയായിരുന്നു ഫലം. മാത്രമല്ല പോലീസിന്റെ പിടിയിൽ പെടുകയും ചെയ്തു. അങ്ങിനെ എം ജി ആർ മോഹം ഉപേക്ഷിച്ചു നാട്ടിൽ തിരിച്ചെത്തി. വീട്ടിലാകട്ടെ നല്ല സ്വീകരണവും..., പൊരിഞ്ഞതല്ല്.

ഉണ്ണികൃഷ്ണന്റെ സ്കൂൾജീവിതത്തിലെ ഒരു വഴിത്തിരിവായിരുന്നു ഒമ്പതാം ക്ലാസിലെ പഠനം. ഒമ്പതാം ക്ലാസിന്റെ അവസാനത്തോടെ ഉണ്ണികൃഷ്ണന്റെ ജീവിതം പഠനത്തിന്റെ വഴിയിൽ നിന്നും മുഴുവൻ സമയ

കലാപ്രവർത്തനത്തിന്റെ വഴിയിലേക്ക് ദിശമാറുകയായിരുന്നു. ഒമ്പതാം ക്ലാസിലെ തോൽവി അതിനൊരു കാരണമായി. അതാകട്ടെ ഒമ്പതിലെ സ്കൂൾ ആനിവേഴ്സറിയുമായി ബന്ധപ്പെട്ട ഒരു സംഭവത്തെത്തുടർന്നും.

സ്കൂളിലെ കലാരംഗത്ത് നിറഞ്ഞുനിന്നിരുന്ന ഉണ്ണികൃഷ്ണന്റെ പ്രാധാന്യം സ്കൂൾ ആനിവേഴ്സറി തുടങ്ങിയ അവസരങ്ങളിൽ പ്രത്യേകം പറയേണ്ടതില്ലല്ലോ. ആ വർഷവും ആനിവേഴ്സറിക്ക് അവതരിപ്പിക്കുന്ന അഞ്ചോ ആറോ പരിപാടികളിൽ ഉണ്ണികൃഷ്ണന്റെ സാന്നിധ്യം, തബലിസ്റ്റായും അഭിനേതാവായും മറ്റും മറ്റും നിശ്ചയിച്ചിരുന്നതാണ്. എന്നാൽ ആനിവേഴ്സറി ദിവസം ഉണ്ണികൃഷ്ണൻ സ്കൂളിൽ എത്തിയില്ല. അധ്യാപകരും വിദ്യാർഥികളും ഒരുപോലെ വിഷമസന്ധിയിൽ അകപ്പെട്ടു. നിശ്ചയിച്ച പരിപാടികളിലെ പ്രധാന പങ്കാളിയില്ലാതെ എങ്ങിനെ കാര്യങ്ങൾ നടത്തും. ഉണ്ണികൃഷ്ണൻ ഇല്ലാതെ വളരെ ക്ലേശിച്ച് ആനിവേഴ്സറി ഒരു വിധത്തിൽ കൊണ്ടാടി. ഉണ്ണികൃഷ്ണന്റെ അസാന്നിധ്യം ഉണ്ടാക്കിയ കുറവ് സ്കൂൾ മുഴുവൻ അറിഞ്ഞു. എല്ലാവരും പ്രയാസപ്പെടുകയും ചെയ്തു.

ഈ സംഭവത്തിനുശേഷം മൂന്നാം ദിവസമാണ് ഉണ്ണികൃഷ്ണൻ സ്കൂളിൽ എത്തിയത്. കുട്ടികൾ മുഴുവൻ ഉണ്ണികൃഷ്ണനെ വളഞ്ഞു. ആനിവേഴ്സറി ദിവസം എല്ലാവരെയും പറ്റിച്ച് മുങ്ങിക്കളഞ്ഞു എന്ന് പറഞ്ഞു അധിക്ഷേപിച്ചു. മറുപടിയൊന്നും പറയാനാകാതെ ഉണ്ണികൃഷ്ണൻ പതുങ്ങി. പഴയന്നൂരിലെ ഒരു പരിപാടിയിൽ തബലവായിക്കാൻ ക്ഷണം കിട്ടിയപ്പോൾ അങ്ങോട്ട് പോയതായിരുന്നു. പുറത്ത് വേദികളൊന്നും അത്രകിട്ടാതിരുന്ന അക്കാലത്ത് പുറത്ത് ഒരു പരിപാടി കിട്ടിയപ്പോൾ സ്കൂൾ ആനിവേഴ്സറിയെല്ലാം മറന്നു. എന്നാൽ ഇതിനു കിട്ടിയ ശിക്ഷ ചെറുതായിരുന്നില്ല. കുട്ടികൾ ചേർന്നു ഉണ്ണികൃഷ്ണന്റെ സർട്ടി

ഉണ്ണികൃഷ്ണന്റെ അമ്മാവന്റെ പേരിലുള്ള ഒടുവിൽ സ്മാരക വായനശാല

ഫിക്കറ്റുകൾ കീറിയെറിഞ്ഞു. സ്കൂളിലെ മുഖ്യതാരമായിരുന്ന ഉണ്ണികൃഷ്ണന് പല മത്സരങ്ങളിലും ലഭിച്ച സർട്ടിഫിക്കറ്റുകളായിരുന്നു അവ. മാത്രമല്ല ആ വർഷം ഒ ഉണ്ണികൃഷ്ണൻ എന്നു പരീക്ഷാപേപ്പറിൽ പേരെഴുതി വച്ചത് കഷ്ടപ്പെട്ട് ഉത്തരം പഠിച്ച് എഴുതിയ ശേഷമായിരുന്നുവെങ്കിലും ആ ക്ലാസിൽ തോൽക്കുകയും ചെയ്തു.

ഉദ്യോഗത്തിലായി കഴിഞ്ഞിരുന്ന ജ്യേഷ്ഠസഹോദരന്മാരുടെയെല്ലാം ലക്ഷ്യം അനുജനെ നല്ലരീതിയിൽ പഠിപ്പിച്ച് ഉദ്യോഗത്തിൽ ചേർക്കുക എന്നതായിരുന്നു. സ്കൂൾ വിദ്യാഭ്യാസമെങ്കിലും എങ്ങിനെയെങ്കിലും പൂർത്തിയാക്കിയാൽ പോലീസിൽ കൊണ്ടുചേർക്കണമെന്നതായിരുന്നു അവരുടെ ആഗ്രഹം. എന്നാൽ ഉണ്ണികൃഷ്ണന്റെ കാര്യത്തിൽ അതൊന്നും നടന്നില്ല.

പഠനം ഉപേക്ഷിക്കുകയും കലയുടെ വഴിയേ, അഭിനയത്തിന്റെ വഴിയേ, വഴിതെറ്റുകയും ചെയ്ത ഇളയ അനുജൻ സ്വാഭാവികമായി വീട്ടുകാർക്ക് അനഭിമതനായിത്തീർന്നു. വീട്ടിൽ നിന്നും പുറത്താക്കി പട്ടിണിക്കിട്ടാൽ അനുജൻ നേരെയാകുമെന്ന് സഹോദരന്മാർ തീരുമാനിച്ചു. അങ്ങിനെ ഉണ്ണികൃഷ്ണന്റെ സ്ഥാനം വീടിനു പുറത്തായി.

എങ്കക്കാട് യുവജനസംഘം കലാസമിതിയായി പിന്നീട് ഉണ്ണികൃഷ്ണന്റെ വീട്. കെ ആർ വൈദ്യരായിരുന്നു കലാസമിതി പ്രസിഡന്റ്. കെ ആർ വൈദ്യരുടെ വീട്ടിലും താമസിച്ചിട്ടുണ്ട്. ആയിരത്തിതൊള്ളായിരത്തി അമ്പത്താറ് നവംബർ ഒന്നിന് സ്ഥാപിതമായ ഒടുവിൽ കുഞ്ഞികൃഷ്ണ മേനോൻ സ്മാരക വായനശാല, യുവജനസംഘം കലാസമിതി ഇവയായിരുന്നു ഉണ്ണികൃഷ്ണന് തണലായത്. ആത്മസുഹൃത്തുക്കളുടെ രക്ഷാകർത്തൃത്വവും ഉണ്ണികൃഷ്ണന്റെ അനിശ്ചിതത്വം നിറഞ്ഞ ജീവിതത്തിനും കലാപ്രവർത്തനത്തിനും താങ്ങും തണലുമായുണ്ടായിരുന്നു.

കലയുടെ വഴിയിൽ

സ്കൂൾ പഠനം മതിയാക്കി എങ്കക്കാട് യുവജനസംഘം കലാസമിതിയിൽ ഉണ്ണികൃഷ്ണൻ എത്തിയപ്പോൾ അവിടെയും കൂട്ടുകാരായ ഭരതനും കലാമണ്ഡലം ഹൈദ്രാലിയും അംഗങ്ങളായി ഉണ്ടായിരുന്നു. കലാമണ്ഡലം വാസുദേവപ്പണിക്കരാശാൻ സംഗീതവും തബലയും അഭ്യസിപ്പിക്കാൻ അക്കാലത്ത് കലാസമിയിൽ വരുമായിരുന്നു.

നാടകരചയിതാക്കളും, അഭിനേതാക്കളും പ്രവർത്തകരും വടക്കാഞ്ചേരിയിലും പരിസരത്തും എക്കാലവും സജീവമായിരുന്നു. പ്രേംജി, പരിയാനംപറ്റ, ആർട്ടിസ്റ്റ് മാധവേട്ടൻ തുടങ്ങി നാടകപ്രവർത്തനത്തിന്റെ അതിസമ്പന്നമായൊരു പാരമ്പര്യം വടക്കാഞ്ചേരിയിലും എങ്കക്കാടും നിലനിന്നിരുന്നു.

പത്താം വയസ്സിലാണ് ഉണ്ണികൃഷ്ണൻ നാടകാഭിനയം ആരംഭിക്കുന്നത്. കലാമണ്ഡലം ശിവരാമൻ രചിച്ച *കാലംമാറുന്നു* എന്ന നാടകത്തിലാണ് ആദ്യമായി വേഷമിട്ടത്. സ്ത്രീവേഷമാണ് ആദ്യമായി അവതരിപ്പിച്ചത്. നാടകാഭിനയത്തിന് സ്ത്രീകളെ കിട്ടാതിരുന്ന അക്കാലത്ത് ആണുങ്ങൾ തന്നെയാണ് മിക്കവാറും സ്ത്രീവേഷം അവതരിപ്പിച്ചിരുന്നത്. നാടകം ജീവിതം തന്നെയായ മേക്കപ്പ്ആർട്ടിസ്റ്റ് മാധവേട്ടനായിരുന്നു ഉണ്ണികൃഷ്ണന് ആദ്യമായി മേക്കപ്പ് ഇട്ടുകൊടുത്തത്. തന്റെ അമ്മാവന്റെ സ്മാരകമായ ഒടുവിൽ കുഞ്ഞികൃഷ്ണമേനോൻ സ്മാരകവായനശാലയ്ക്കുവേണ്ടിയായിരുന്നു ഈ നാടകം അവതരിപ്പിച്ചത്.

എങ്കക്കാട് യുവജനസംഘം കലാസമിതിയുടെ ആസ്ഥാനം ഭരതന്റേയും ഉണ്ണികൃഷ്ണന്റേയും വീടുകൾക്ക് ഇടക്കായിരുന്നു. വടക്കാഞ്ചേരിയിലെ സാംസ്കാരിക പ്രവർത്തനങ്ങളുടെ ആസ്ഥാനമായിരുന്നു അക്കാലത്ത് എങ്കക്കാട് കലാസമിതി. ഭരതൻ, കലാമണ്ഡലം ഹൈദ്രാലി, നടൻ

ആദ്യമായി മേക്കപ്പിട്ട ആർട്ടിസ്റ്റ് മാധവേട്ടനോടൊപ്പം

അബൂബക്കർ, നടി ഫിലോമിന, ആർട്ടിസ്റ്റ് മാധവൻ, എഴുത്തുകാരായ മാനി മുഹമ്മദ്, കെ വി മുഹമ്മദ് എന്നിവരായിരുന്നു കലാസമിതിയുടെ അമരക്കാർ. കലാസമിതിയിൽ ചേർന്ന ഉണ്ണികൃഷ്ണന്റെ പ്രധാന താൽപ്പര്യം ആദ്യകാലങ്ങളിൽ സംഗീതവും തബലയുമായിരുന്നു. കലാമണ്ഡലം വാസുദേവപ്പണിക്കർ കലാസമിതിയിൽവന്ന് ഇവ അഭ്യസിപ്പിച്ചിരുന്നതിനാൽ ഉണ്ണികൃഷ്ണനും വാസുദേവപ്പണിക്കരുടെ ശിഷ്യനായി.

വളരെ ചെറുപ്പത്തിലെ ഒരു മുഴുവൻ സമയകലാകാരനായി മാറാൻ ഉണ്ണികൃഷ്ണന് കഴിഞ്ഞു. 10–ാം വയസ്സിൽ നാടകാഭിനയം ആരംഭിച്ചിരുന്നുവെങ്കിലും അന്നൊന്നും അഭിനയം ജീവിത മാർഗമായി മാറുമെന്ന് ഉണ്ണികൃഷ്ണൻ സ്വപ്നത്തിൽ പോലും വിചാരിച്ചില്ല. തബലവാദകൻ എന്ന നിലയിൽ അരങ്ങിനു പിന്നിലെ ഒരു ജീവിതത്തെ കുറിച്ചായിരുന്നു അദ്ദേഹത്തിന്റെ അക്കാലത്തെ സ്വപ്നം.

തന്റെ നാട്ടിലും പരിസരത്തും ലഭിക്കുന്ന അരങ്ങുകളിലെല്ലാം ഉണ്ണികൃഷ്ണൻ തബലവായിക്കാൻ പോകുമായിരുന്നു. ഈ സമയത്താണ് പി എൻ മേനോൻ ഉണ്ണികൃഷ്ണനെ മദ്രാസിലേക്കു ക്ഷണിക്കുന്നത്. മലയാളസിനിമാ ചരിത്രത്തിലെ ഒരു നാഴികക്കല്ലായി മാറിയ സിനിമയാണ് *ഓളവും തീരവും*. എം ടി വാസുദേവൻനായർ തന്റെ പത്തൊമ്പതാം വയസ്സിൽ എഴുതിയ ഒരു കഥ. എം ടി തന്നെ അതിന് തിരക്കഥയും സംഭാഷണവും എഴുതി വികസിപ്പിച്ചെടുത്ത് പി എൻ മേനോൻ

ഒടുവിൽ: മായാത്ത ഭാവങ്ങൾ
ഇ ജയചന്ദ്രൻ

സംവിധാനം നിർവഹിച്ച *ഓളവും തീരവും* 1969 ലാണ് പുറത്തുവരുന്നത്. മികച്ച സിനിമയ്ക്കുള്ള സംസ്ഥാന അവാർഡും ഈ സിനിമ നേടുകയുണ്ടായി.

ഉണ്ണികൃഷ്ണന്റെ സുഹൃത്തായ ഭരതന്റെ അമ്മാവൻ കൂടിയായിരുന്ന, തന്റെ നാട്ടുകാരനും പ്രശസ്ത സംവിധായകനുമായ പി എൻ മേനോൻ, സിനിമാസെറ്റുകളുടെ പെയിന്റർ, ദൃശ്യാവിഷ്ക്കാരകൻ, പോസ്റ്റർ ഡിസൈനർ തുടങ്ങി നിരവധി രംഗങ്ങളിൽ പ്രവർത്തിച്ചിരുന്ന, ഈ പി എൻ മേനോനെ തേടി ഉണ്ണികൃഷ്ണൻ മുമ്പ് മദ്രാസിൽ കുറെ അലഞ്ഞിട്ടുള്ളതാണ്. അതേ പി എൻ മേനോന്റെ ക്ഷണം കിട്ടിയതും ഉണ്ണികൃഷ്ണൻ തബലയുമെടുത്ത് മദ്രാസിലേക്ക് വണ്ടികയറി. മദ്രാസിലെത്തിയ ഉണ്ണികൃഷ്ണനെ പി എൻ മേനോൻ രാഗിണിയുടെ ട്രൂപ്പിൽ തബലിസ്റ്റായി ചേർത്തു.

മദ്രാസിൽ രാഗിണിയുടെ നൃത്തസംഘത്തിൽ കുറേമാസം തബല വായനക്കാരനായി ജോലിചെയ്തുവെങ്കിലും പിന്നീട് ഉണ്ണികൃഷ്ണന് നാട്ടിലേക്ക് തിരിക്കേണ്ടിവന്നു. മദ്രാസിലെ അക്കാലത്തെ ജീവിതം അലച്ചിലും ചിട്ടയില്ലാത്ത ഭക്ഷണവുമൊക്കെ ചേർന്ന് അദ്ദേഹത്തെ കടുത്ത അമീബിയാസിസ് രോഗിയാക്കി മാറ്റി. അസുഖം കലശലായപ്പോൾ പി എൻ മേനോൻ തന്നെ മുൻകൈ എടുത്ത് ഉണ്ണികൃഷ്ണനെ നാട്ടിലേക്കു തിരിച്ചയച്ചു.

എങ്കക്കാട് തിരിച്ചെത്തി ഏറെ നാളത്തെ ചികിത്സക്കൊടുവിൽ മദ്രാസിലെ വാസം സമ്മാനിച്ച രോഗം ഉണ്ണികൃഷ്ണനെ വിട്ടൊഴിഞ്ഞു. സഹോദരനെ നല്ലനിലയിൽ പഠിപ്പിച്ച് ഉദ്യോഗസ്ഥനാക്കണമെന്നു കരുതിയിരുന്ന ഉണ്ണികൃഷ്ണന്റെ സഹോദരന്മാർ വീണ്ടും അനുജനെ വഴി തിരിച്ചുവിടാൻ ശ്രമം നടത്തി. വലിയ ഉദ്യോഗസ്ഥനൊന്നും ആയില്ലെങ്കിലും ഒരു സാധാരണ പോലീസെങ്കിലും ആക്കി ഒരു ജോലിയിൽ ആക്കുക എന്നതായിരുന്നു ഇത്തവണ അവരുടെ ലക്ഷ്യം. ആൻഡമാനിൽ പോലീസിൽ ഉദ്യോഗസ്ഥനായിരുന്ന സഹോദരൻ ഉണ്ണികൃഷ്ണനെ അങ്ങോട്ടു കൊണ്ടുപോകാനായി ആവതും ശ്രമിച്ചു.

ആൻഡമാനിൽ പോയി പോലീസാകുന്നതിനു പകരം ഉണ്ണികൃഷ്ണൻ പോയത് തൃശൂരിലെ കേരള കലാവേദിയിലേക്കായിരുന്നു. പ്രേംജി, പരിയാനം പറ്റ, എം എസ് നമ്പൂതിരി എന്നിവർ നിറഞ്ഞുനിന്നിരുന്ന കേരളകലാവേദിയിൽ തബലക്കാരനായി ഉണ്ണികൃഷ്ണൻ ചേർന്നു. 1950 കളിൽ സ്ഥാപിതമായ കേരളകലാവേദി കമ്യൂണിസ്റ്റ് അനുഭാവമുള്ള നാടകസംഘമായിരുന്നു. ഉച്ചനീചത്വങ്ങളെ എതിർത്തുകൊണ്ട് പുരോഗമനാശയങ്ങൾ ജനങ്ങളിൽ എത്തിക്കുന്നതിന് കേരളകലാവേദിയുടെ പ്രവർത്തനങ്ങൾക്കു കഴിഞ്ഞിട്ടുണ്ട്. ചെറുകാടിന്റെ പ്രശസ്തനാടകമായ *നമ്മളൊന്നിന്റെ* പ്രസിദ്ധീകരണാവകാശം പോലും അദ്ദേഹം ആദ്യം നൽകിയിരുന്നത് കലാവേദിക്കായിരുന്നു. പിന്നീട് പ്രസിദ്ധീകരണാവകാശം പ്രേംജിക്കു കൈമാറിയെങ്കിലും നമ്മളൊന്ന് രംഗത്തവതരിപ്പിച്ചത്

സുഹൃത്ത് കലാമണ്ഡലം ഹൈദ്രാലിക്കൊപ്പം

കേരളകലാവേദിയായിരുന്നു. നമ്മളൊന്നിലെ പങ്ങൻനായരായി വേഷമിട്ടിരുന്നത് പ്രേംജിയും പങ്ങൻനായരുടെ മകൻ ശങ്കുണ്ണിയായി അഭിനയിച്ചിരുന്നത് നാടകാചാര്യനായ പി ജെ ആൻ്റണിയുമാണ്.

പി എൻ മേനോൻ്റെ ക്ഷണപ്രകാരം മദ്രാസിലേക്ക് തബലക്കാരനായി പോയ ഉണ്ണികൃഷ്ണൻ തിരിച്ചെത്തിയത് അസുഖവുമായിട്ടായിരുന്നുവല്ലൊ. എങ്കിലും തൻ്റെ വഴി കലയുടേതു തന്നെയാണെന്ന് ഉണ്ണികൃഷ്ണൻ ഉറപ്പിച്ചിരുന്നു. കേരളകലാവേദിയിൽ തബലക്കാരനായി ചേർന്നതും ഈ നിശ്ചയദാർഢ്യത്തോടെ തന്നെയായിരുന്നു.

സമൂഹ മനഃസാക്ഷിയെ തൊട്ടുണർത്താൻ പോന്ന സാമൂഹിക പ്രതിബദ്ധതയുള്ള നിരവധി നാടകങ്ങളുമായി അരങ്ങുകളിൽ നിന്നും അരങ്ങുകളിലേക്ക് കലാവേദി യാത്രചെയ്തു, ഒപ്പം അണിയറയിൽ തബലക്കാരനായി ഉണ്ണികൃഷ്ണനും. സംഗീതം ഹൃദയത്തിൽ സൂക്ഷിച്ച്, രാഗവും താളവും ജീവിതമാക്കി മാറ്റാൻ തുടങ്ങിയ ഉണ്ണികൃഷ്ണൻ ഈ അരങ്ങുകളിൽ നിന്നും അഭിനയത്തിൻ്റെ അനശ്വര മുഹൂർത്തങ്ങൾ മനസ്സിൽ ആവാഹിച്ച് അഭിനയത്തിൻ്റെ വഴിയിലേക്കും ആകർഷിക്കപ്പെടാൻ തുടങ്ങി.

അരങ്ങിലേക്ക്

കേരള കലാവേദിയിൽ അണിയറയിൽ പ്രവർത്തിച്ചിരുന്ന ഉണ്ണി കൃഷ്ണൻ ഇതാ അരങ്ങിലേക്കു വരുന്നു. നാടകസംഘത്തിലെ തബല ക്കാരനായി പിന്നണിയിൽ നിൽക്കുന്നതിനിടെ കഥാപാത്രമായി വേഷമി ടാൻ ഉണ്ണികൃഷ്ണന് അവസരം ലഭിച്ചു.

1955 മുതൽക്കേ കേരള കലാവേദി അവതരിപ്പിച്ചു വരുന്ന ചെറുകാ ടിന്റെ പ്രശസ്ത നാടകമായിരുന്നു *നമ്മളൊന്ന്*. ആ 'നമ്മളൊന്ന്' എന്ന നാടകത്തിൽ മുഹമ്മദ് എന്ന കഥാപാത്രത്തെ അവതരിപ്പിച്ചുകൊണ്ടാണ് ഒടുവിൽ ഉണ്ണികൃഷ്ണൻ ആദ്യമായി പ്രൊഫഷണൽ നാടകരംഗത്ത് എത്തുന്നത്. സ്കൂൾ നാടകങ്ങളിലും എങ്കക്കാട് യുവജനസംഘം കലാ സമിതി, ഒടുവിൽ കുഞ്ഞികൃഷ്ണ മേനോൻ സ്മാരക വായനശാല എന്നിവ സംഘടിപ്പിച്ച നാടകങ്ങളിലും മാത്രമാണ് ഇതിനുമുൻപ് കുട്ടി വേഷങ്ങൾ അവതരിപ്പിച്ചിട്ടുള്ളത്.

തബലക്കാരനായ ഉണ്ണികൃഷ്ണൻ, ഒടുവിൽ ഉണ്ണികൃഷ്ണനെന്ന പേരിൽ അഭിനയം തുടങ്ങിയത് ചെറുകാടിന്റെ 'നമ്മളൊന്ന്' എന്ന നാട കത്തിലൂടെയായിരുന്നു. നമ്മളൊന്നിൽ ഉണ്ണികൃഷ്ണൻ അവതരിപ്പിച്ചത് കർഷകസംഘം പ്രവർത്തകനായ മുഹമ്മദ് എന്ന കഥാപാത്രത്തെയാണ്. മുഹമ്മദിനെ അവതരിപ്പിച്ചുകൊണ്ട് അരങ്ങിലെത്തിയ ഒടുവിൽ ഉണ്ണി കൃഷ്ണനും അദ്ദേഹത്തിന്റെ അഭിനയജീവിതവും മലയാളിയുടെ ഹൃദ യത്തിന്റെ ഭാഗമായി മാറുമെന്ന് ഒരുപക്ഷെ അന്നാരും കരുതിക്കാണുക യില്ല, തീർച്ച.

മുഹമ്മദ് എന്ന കഥാപാത്രത്തെ അവതരിപ്പിച്ച പ്രഥമ നാടകം തന്നെ ഒടുവിൽ ഉണ്ണികൃഷ്ണൻ എന്ന നടന് ആദ്യമായി ആരാധകരെ ഉണ്ടാ

ക്കിക്കൊടുത്തു. ഒരു വർഷത്തോളം കേരള കലാവേദിയിൽ തുടർന്ന ഒടു വിൽ ഉണ്ണികൃഷ്ണൻ നിരവധി സ്റ്റേജുകളിൽ വേഷമിട്ടു.

കലാവേദിയിൽ അഭിനയംകൊണ്ട് ശ്രദ്ധിക്കപ്പെടാൻ തുടങ്ങിയ ഉണ്ണി കൃഷ്ണന് വളരെ വേഗം കലാനിലയം നാടകസംഘത്തിൽ എത്താൻ കഴിഞ്ഞു. കേരളത്തിൽ അങ്ങോളമിങ്ങോളം സ്ഥിരം നാടകവേദിയുമായി നാടകാവതരണം നടത്തിക്കൊണ്ടിരുന്ന പ്രമുഖ നാടക സംഘമായിരുന്നു കലാനിലയം.

പ്രശസ്ത പത്രപ്രവർത്തകനും മനോരമ റസിഡന്റ് എഡിറ്ററുമായ ശ്രീ. ജോയ് ശാസ്താംപടിക്കൽ ഒടുവിൽ ഉണ്ണികൃഷ്ണനെ പരിചയപ്പെ ടുന്നത് നാടക സംരംഭങ്ങളുമായി കഴിഞ്ഞ കാലത്തായിരുന്നു. 1960 കളിൽ ഒടുവിൽ ഉണ്ണികൃഷ്ണനെ ആദ്യമായി കണ്ടുമുട്ടിയത് അദ്ദേഹം ഓർക്കുന്നു. "നാടകാചാര്യൻ പി ജെ ആന്റണി ഒരു രചനക്കായി തൃശൂർ കെ എസ് ആർ ടി സി സ്റ്റാന്റിനടുത്തുള്ള കേരളഭവൻ ലോഡ്ജിൽ താമ സമാക്കിയിരുന്നു. ഞാനും തോപ്പിൽ രവിയും പി ജെയുടെ മുറിയിൽ ഉണ്ടാവുമായിരുന്നു. ചൈനീസ് ആക്രമണത്തെ അധികരിച്ച് രവി എഴുതി ഞാൻ കൂടി അഭിനയിച്ച *പുണ്യക്ഷേത്രം* എന്ന നാടകത്തിന്റെ ചർച്ച യ്ക്കുവേണ്ടി. തൃശൂർ ടൗൺഹാളിലും മറ്റു പലസ്ഥലങ്ങളിലും അവത രിപ്പിച്ച പുണ്യക്ഷേത്രത്തിന്റെ സംവിധാന ഉപദേഷ്ടാവ് പി ജെ ആന്റ ണിയായിരുന്നു. അദ്ദേഹത്തിന്റെ ശിഷ്യനായിരുന്ന ഒടുവിലും ആ മുറി യിൽ ഇടയ്ക്കിടെ എത്തുമായിരുന്നു. പ്രശസ്തനാടകകാരനായ ഏരൂർ വാസുദേവ് അടക്കമുള്ള പ്രമുഖർ, മലയാള നാടകവേദിയുടെയും പിൽക്കാ ലത്ത് സിനിമയുടെയും ധിക്കാരിയുടെ കാതലായിരുന്ന പി ജെയെ കാണാൻ എത്തിയിരുന്നു."

മലയാള നാടകരംഗത്തെ അതികായനായിരുന്ന പി ജെ ആന്റണി യെപ്പോലുള്ളവരുടെ ശ്രദ്ധയിൽപ്പെടാനും സൗഹൃദപ്പെടാനും പതിനേ ഴുവയസ്സു തികയുമ്പോഴേയ്ക്കും ഒടുവിൽ ഉണ്ണികൃഷ്ണനു കഴിഞ്ഞിരു ന്നുവെന്ന് ജോയ് ശാസ്താംപടിക്കലിന്റെ വാക്കുകളിൽ നിന്നും നമുക്ക് മനസ്സിലാക്കാം.

കലാനിലയത്തിൽ ചേർന്നതോടെ ഒടുവിലന് അഭിനയം ഒരു തൊഴിലും ജീവിതവും തന്നെയായി എന്നുപറയാം. പലേ നാടകങ്ങളി ലുമായി നിരവധി കഥാപാത്രങ്ങളെ കലാനിലയത്തിൽ പ്രവർത്തിച്ച നാലു വർഷംകൊണ്ട് ഒടുവിൽ ഉണ്ണികൃഷ്ണൻ അവതരിപ്പിച്ചു. ഗൗരവമുള്ള വേഷങ്ങളും ഹാസ്യകഥാപാത്രങ്ങളും, കുഷ്ഠരോഗിയുമൊക്കെയായി ഒടു വിൽ കാണികൾക്കുമുന്നിലെത്തി, ഒരു നാടകനടൻ എന്നനിലയിൽ അറി യപ്പെടാൻ തുടങ്ങി.

കലാനിലയത്തിൽ പ്രവർത്തിക്കുമ്പോഴും ഒടുവിൽ ഉണ്ണികൃഷ്ണൻ എങ്കക്കാട് യുവജനസംഘം കലാസമിതി ഉപേക്ഷിച്ചിരുന്നില്ല. കലാസ

മിതിയിലെ നിത്യസന്ദർശനവും പരിപാടികളും മുടങ്ങിയെങ്കിലും സമിതി സംഘടിപ്പിക്കുന്ന നാടകങ്ങളിൽ അഭിനയിച്ചിരുന്നു. ഷൊർണൂർ മ്യൂസിക് ക്ലബ് സംഘടിപ്പിക്കാറുള്ള നാടകമത്സരങ്ങളിൽ എങ്കക്കാട് യുവജന സംഘം കലാസമിതി പങ്കെടുത്ത് സമ്മാനങ്ങൾ നേടിയിട്ടുണ്ട്. വളരെ പ്രശസ്തമായ നിലയിൽ പ്രവർത്തിച്ചിരുന്ന സംഘടനയാണ് ഷൊർണൂർ മ്യൂസിക് ക്ലബ്. ഷൊർണൂർ മ്യൂസിക് ക്ലബിന്റെ നാടകത്തിൽ അഭിനയിച്ചതിനാണ് ആദ്യമായി അമ്പതുരൂപ പ്രതിഫലം ലഭിച്ചതെന്ന് ഒടുവിൽ പറഞ്ഞിട്ടുണ്ട്.

കലാനിലയത്തിൽ സജീവമായിരുന്ന സമയത്താണ് ഒടുവിൽ ഉണ്ണികൃഷ്ണന് കെ പി എ സിയിലേക്കുള്ള ക്ഷണം ലഭിക്കുന്നത്. പ്രശസ്ത നാടകകൃത്തും നടനുമായ എ എൻ ഗണേഷാണ് ഒടുവിലിനെ കെ പി എ സിയിലേക്ക് എത്തിച്ചത്. കെ പി എ സിയിലേക്ക് ചെല്ലാൻ ആവശ്യപ്പെട്ട് എ എൻ ഗണേഷായിരുന്നു ഒടുവിലിന് ടെലിഗ്രാം ചെയ്തത്. ടെലിഗ്രാം ലഭിച്ചുവെങ്കിലും ആദ്യം ഒടുവിൽ മറുപടി അയക്കാനോ ചെല്ലാനോ തയാറായില്ല. കലാനിലയത്തിലെ തിരക്കുകളിൽ നിന്നും ഒരു വിശ്രമം ആവശ്യമാണെന്നായിരുന്ന അദ്ദേഹത്തിന്റെ ചിന്ത.

ടെലിഗ്രാം അയച്ചുകൊടുത്തു ഒരാഴ്ച കഴിഞ്ഞും മറുപടി കാണാതായപ്പോൾ ഒരു കത്തുമായി ഒടുവിലിനെ തേടി വീട്ടിൽ ആളെത്തി. തോപ്പിൽ ഭാസിയുടെ അനുജൻ തോപ്പിൽ കൃഷ്ണപിള്ളയാണ് എ എൻ ഗണേഷിന്റെ കത്തുമായി ഒടുവിലിനെ സമീപിച്ചത്. കലാനിലയത്തിലെ നീണ്ട പരിപാടികളാൽ ഒരുതരം മടുപ്പ് അനുഭവപ്പെടാൻ തുടങ്ങിയതിനാൽ ഒരു ചെറിയ ഇടവേള ആവശ്യമാണെന്ന് ഒടുവിൽ ഉണ്ണികൃഷ്ണൻ ആഗ്രഹിച്ചു. എന്നാൽ തോപ്പിലാശാൻ (തോപ്പിൽ ഭാസി) തീർച്ചയായും എത്താൻ ആവശ്യപ്പെട്ടിരിക്കുന്നു എന്ന വിവരം എ എൻ ഗണേഷ് കൊടുത്തയച്ച കത്തിലൂടെ ഒടുവിലിനെ അറിയിച്ചു. തോപ്പിൽ കൃഷ്ണപിള്ളയും കെ പി എ സിയിലേക്കു ചെല്ലാനായി ഒടുവിൽ ഉണ്ണികൃഷ്ണനെ നിർബന്ധിച്ചു. അങ്ങിനെ ആ ക്ഷണം സ്വീകരിച്ചുകൊണ്ട് ഒടുവിൽ കെ പി എ സിയിൽ എത്തിച്ചേർന്നു.

തോപ്പിൽ ഭാസിയുടെ നാടകത്തിൽ നമ്പൂതിരിവേഷം ചെയ്യാനായി ആളെ ലഭിക്കാതെ പ്രയാസപ്പെടുമ്പോൾ എ എൻ ഗണേഷാണ് ഒടുവിൽ ഉണ്ണികൃഷ്ണന്റെ കാര്യം തോപ്പിലിന്റെ ശ്രദ്ധയിൽപ്പെടുത്തിയത്. ഷൊർണൂർ മ്യൂസിക് ക്ലബ് നടത്തിയ നാടകമത്സരത്തിൽ *മൂർഖൻ പാമ്പ്, പോക്കറ്റ് ലാമ്പ്* തുടങ്ങിയ ഏകാങ്കനാടകങ്ങളിൽ ഒടുവിൽ ഉണ്ണികൃഷ്ണൻ അതിമനോഹരമായ നമ്പൂതിരി വേഷം അവതരപ്പിച്ചത് എ എൻ ഗണേഷിന്റെ ഓർമയിൽ ഉണ്ടായിരുന്നു. തോപ്പിൽ ഭാസി നമ്പൂതിരി വേഷം ചെയ്യാനായി പലരേയും വച്ച് ശ്രമിച്ചു നോക്കി ശരിയാകാതെ വന്നപ്പോൾ ഗണേഷിനോട് ചോദിക്കുകയായിരുന്നു. ഒടുവിലിന്റെ നമ്പൂതിരി വേഷ

ങ്ങൾ ഓർത്ത ഗണേഷ് ഉടനെ അദ്ദേഹത്തിന്റെ പേര് നിർദേശിച്ചു. പിന്നെ എല്ലാവരുടെയും നിർബന്ധം കൂടിയായപ്പോൾ ഒടുവിൽ ഉണ്ണികൃഷ്ണൻ കെ പി എ സിയിൽ എത്തി. പ്രേംജിയുടെ മകനും പ്രശസ്തനടനുമായ പ്രേമചന്ദ്രനും ഒടുവിൽ ഉണ്ണികൃഷ്ണനും 'യന്ത്രം സുദർശനം' എന്ന നാടകത്തിലൂടെയാണ് കെ പി എ സിയിൽ എത്തിയത്.

എ എൻ ഗണേഷ് മലബാർ ഭാഷയിൽ എഴുതിയ 'യന്ത്രം സുദർശനം' എന്ന നാടകത്തിൽ ദേഹണ്ഡക്കാരൻ നമ്പൂതിരിയായാണ് കെ പി എ സിയിൽ ഒടുവിൽ ആദ്യമായി വേഷമിട്ടത്. ആ നമ്പൂതിരി കഥാപാത്രം ഏറെ ശ്രദ്ധിക്കപ്പെട്ടു. 1971 ൽ ആണ് ഒടുവിൽ ഉണ്ണികൃഷ്ണൻ കെ പി എ സിയിൽ ചേർന്നത്. തുടർന്നുള്ള നാലുവർഷക്കാലം കെ പി എ സിയിൽ ശ്രദ്ധേയമായ സ്ഥാനം ഒടുവിൽ ഉണ്ണികൃഷ്ണൻ നേടി. കെ പി ഉമ്മർ, കെ പി എ സി ലളിത, ആലുംമൂടൻ തുടങ്ങി സിനിമാരംഗത്തും പ്രവർത്തിച്ച് പ്രശസ്തരായി കഴിഞ്ഞവരും അന്ന് കെ പി എ സിയിൽ ഉണ്ടായിരുന്നു.

അമേച്വർ നാടക വേദിയിലെ ശിക്ഷണം മാത്രമല്ല പ്രൊഫഷണൽ തിയേറ്ററിലെ സുപരീക്ഷിതമായ അഭിനയപാഠങ്ങളും ഒടുവിൽ ഉണ്ണികൃഷ്ണൻ എന്ന നടന് സ്വായത്തമാക്കാൻ കഴിഞ്ഞു. കേരളകലാവേദി, കലാനിലയം, കെ പി എ സി എന്നിവിടങ്ങളിലായി ചിലവഴിച്ച ഒമ്പതു വർഷത്തെ നാടാകാനുഭവങ്ങൾ ഒടുവിൽ ഉണ്ണികൃഷ്ണനെ ഒരു ഇരുത്തം വന്ന നടനാക്കി മാറ്റി.

സിനിമയിൽ അഭിനയിക്കുക എന്ന മോഹം എന്നും ഉള്ളിൽ കൊണ്ടു നടന്നിരുന്ന ഒടുവിൽ ഉണ്ണികൃഷ്ണന് കെ പി എ സിയിലെ അഭിനയജീവിതത്തിനിടയിൽ തോപ്പിൽ ഭാസി തന്നെ രണ്ടു സിനിമകളിൽ അവസരം നൽകി. *ചക്രവാളം, മോചനം* എന്നീ സിനിമകളിൽ അഭിനയിക്കാനുള്ള അവസരം നൽകിയത് തോപ്പിൽ ഭാസിയായിരുന്നു.

1975 ഒക്ടോബറിലാണ് കെ പി എ സിയുടെ *മന്വന്തരം* നാടകം തിരുവനന്തപുരത്ത് അരങ്ങേറിയത്. 1975 ഒക്ടോബർ 27ന് അന്തരിച്ച വയലാർ രാമവർമ്മയുടെ ഒരേ ഒരു ഗാനമുള്ള *മന്വന്തരം* സി അച്ചുതമേനോനാണ് ഉദ്ഘാടനം ചെയ്തത്. *മന്വന്തരത്തിലും* ഒടുവിൽ ഉണ്ണികൃ

ഷ്ണൻ വേഷമിട്ടിരുന്നു. ഉണ്ണികൃഷ്ണന്റെ കെ പി എ സിയിലെ അവസാനനാടകമായിരുന്നു *മന്വന്തരം.*

*മന്വന്തര*ത്തോടെ കെ പി എ സി വിട്ട ഒടുവിൽ ഉണ്ണികൃഷ്ണൻ സിനിമയുടെ ലോകത്തേയ്ക്ക് കടന്നു. ഒടുവിൽ ഉണ്ണികൃഷ്ണൻ സിനിമയിൽ പ്രശസ്തനായതിനാൽ നാടകം വിട്ടുപോയി. കെ പി എ സിയുടെ വാർഷിക റിപ്പോർട്ടിൽ ഇപ്രകാരം രേഖപ്പെടുത്തിയിരിക്കുന്നു.

മലയാളിമനസ്സുകൾ നെഞ്ചിലേറ്റിലാളിക്കുന്ന അനവധി കഥാപാത്രങ്ങൾ, അവിസ്മരണീയമായ അഭിനയമുഹൂർത്തങ്ങൾ. പകരംവയ്ക്കാനില്ലാത്ത അഭിനയസിദ്ധിയുടെ നൈസർഗികമായ ആവിഷ്ക്കാരത്തിന്റെ ചരിത്രം ഇവിടെ തുടങ്ങുന്നു.

വെള്ളിത്തിരയിൽ മാണിനായരും സുബ്ബയ്യരും

വടക്കാഞ്ചേരിക്കടുത്തുള്ള മുള്ളൂർക്കരയിൽ ഷൂട്ടിംഗ് നടക്കുന്നു. പി എൻ മേനോൻ സംവിധാനം നിർവഹിക്കുന്ന *ദർശനം* ആണ് സിനിമ. ഈ സിനിമയുടെ ഷൂട്ടിംഗ് കാണാനായി ഒടുവിൽ ഉണ്ണികൃഷ്ണൻ മുള്ളൂർക്കരയ്ക്കുപോയി. അവിടെ ചെന്നപ്പോഴാണ് സംവിധായകൻ പി എൻ മേനോനും ചിത്രത്തിന്റെ നിർമാതാവ് സുഹൃത്തും സഹപാഠിയുമായിരുന്ന ജോർജുമാണെന്ന് ഒടുവിൽ അറിയുന്നത്.

സിനിമാ ചിത്രീകരണത്തിനിടെ ഒടുവിലിനെ കണ്ട പി എൻ മേനോൻ പറഞ്ഞു. "താനൊരു പല്ലുവേദനക്കാരനാണ്", കയറിനിൽക്കടോ എന്ന്. അടൂർ ഭാസിയാണ് ഡോകടർ. ഡോക്ടറെ കാണാൻ വരുന്ന പല്ലുവേദനക്കാരനോട് ഇഷ്ടമുള്ളത് പറഞ്ഞുകൊള്ളൂ എന്ന് സംവിധായകൻ സ്വാതന്ത്ര്യം കൊടുത്തു. പല്ലു വേദനക്കാരനായി എന്തോ തോന്നിയത് പറയുകയും ചെയ്തു. അത് അപ്പോഴെ ഏവർക്കും ഇഷ്ടപ്പെട്ടു. മലയാള സിനിമയുടെ ചരിത്രമായി മാറാൻ കഴിഞ്ഞ ഒരു വലിയ നടന്റെ ആദ്യ സിനിമാഭിനയ മുഹൂർത്തമായിരുന്നു ഇത്.

ആദ്യം അഭിനയിച്ച സിനിമ പി എൻ മേനോന്റെ *ദർശനം* ആയിരുന്നെങ്കിലും ആദ്യം പുറത്തുവന്ന സിനിമ എ വിൻസെന്റിന്റെ *ചെണ്ട*യായിരുന്നു. *ചെണ്ട*യിൽ തൃശൂർക്കാരന്റെ ഭാഷ സംസാരിക്കുന്ന ഒരാൾക്കു വേണ്ടിയുള്ള തിരച്ചിൽ ചെന്നെത്തിയത് ഒടുവിൽ ഉണ്ണികൃഷ്ണനിലായിരുന്നു. പലരേയും നോക്കിയെങ്കിലും അനുയോജ്യമായ ഒരാളെ കിട്ടിയില്ല. പിന്നീട് ഭരതനാണ് ഒടുവിലിന്റെ പേര് നിർദേശിച്ചത്.

*ചെണ്ട*യിൽ നായകൻ മധുവിന് അക്കാദമിയിലേയ്ക്കുള്ള വഴി പറഞ്ഞുകൊടുക്കുന്ന ഒരു തൃശൂർക്കാരന്റെ വേഷമായിരുന്നു ഒടുവിൽ ഉണ്ണികൃഷ്ണൻ അവതരിപ്പിച്ചത്. തോപ്പിൽ ഭാസി തിരക്കഥ എഴുതിയ *ചെണ്ട*

ഗുരുവായൂർ കേശവൻ എന്ന ചിത്രത്തിൽ അടൂർ ഭാസിയുമൊത്ത്

യിൽ തന്റെ കഥാപാത്രത്തിന്റെ സംഭാഷണം രചിക്കാനുള്ള സ്വാതന്ത്ര്യം ഒടുവിലിനു ലഭിച്ചു. ഒറ്റവരി മാത്രമാണ് തിരക്കഥയിൽ ഉണ്ടായിരുന്നത്. സന്ദർഭത്തിനനുസരിച്ച് സംഭാഷണമുണ്ടാക്കി പറയുവാൻ ഒടുവിലിനോടു ആവശ്യപ്പെടുകയായിരുന്നു. ഭരതൻ കലാസംവിധായകനായിരുന്ന *ചെണ്ട* യുടെ ചിത്രീകരണം ചാലക്കുടിയിൽ ആയിരുന്നു. ഭരതൻ കൊടുത്ത ധൈര്യത്തിലാണ് ഒടുവിൽ ചാലക്കുടിയിൽ എത്തിയത്. വഴി പറഞ്ഞു കൊടുത്ത് വഴിതെറ്റിക്കുന്ന ആ ചെറിയ ഹാസ്യരംഗത്തിന്റെ ഭാഷയ്ക്കും വേറിട്ടൊരു നർമം ഉണ്ടായിരുന്നു. വഴി ചോദിച്ചപ്പോൾ ഒടുവിലിന്റെ കഥാ പാത്രം നൽകുന്ന മറുപടി ഇങ്ങനെയായിരുന്നു.

"അങ്ങോട്ട് നോക്കിക്കോളൂ, അത് തന്നെയാണ് ഏളേപ്പന്റെ മോന്റെ കച്ചോടം, അതിന്റപ്പുറത്താണ് കുരിശുപള്ളി. അതിന് ഒരൊന്നരമൈൽ അപ്പറത്താണ് നമ്മുടെ കള്ളുഷാപ്പ്. അതുകഴിഞ്ഞ് ഒന്നരമൈൽ കുത്തനെ എറങ്ങി പാടത്തുകൂടെ നടന്നാ ഒരു കുന്നുണ്ട്. അവിടെ ഒരു സ്കൂളുണ്ട്. അവിടെ ആരോടൊങ്കിലും ചോദിച്ചാൽ മതി." അവസാനം എത്തുന്നിടത്തുനിന്ന് ആരോടെങ്കിലും ചോദിച്ചാൽ മതി എന്ന രംഗം ശരിക്കും ക്ലിക്കായി.

*ചെണ്ട*യിലെ ആ ഒരു മിനിറ്റു വേഷം തന്നെ ഉണ്ണികൃഷ്ണന്റെ പ്രതി ഭയുടെ സ്പാർക്ക് വിളിച്ചോതുന്നതായിരുന്നു. ഈ വേഷത്തെക്കുറിച്ച് സത്യൻ അന്തിക്കാട് പ്രത്യേകം പരാമർശിക്കാറുണ്ട്. "പുതുതായി വരുന്ന അഭിനേതാക്കൾ ഒന്നോ രണ്ടോ ഷോട്ടുകളിൽ മാത്രമായതിനാൽ തങ്ങ ളുടെ കഴിവ് പ്രകടിപ്പിക്കാൻ അവസരം ലഭിച്ചില്ല എന്നു പരിഭവിക്കാ റുണ്ട്. ഈ അവസരത്തിൽ ഞാൻ അവരോടു പറയാറുള്ളത് *ചെണ്ട*

എന്ന സിനിമയിൽ ഒടുവിൽ ഉണ്ണികൃഷ്ണൻ ചെയ്ത വേഷം നോക്കാനാണ്. കഴിവുള്ള ആർട്ടിസ്റ്റിന് ഒരു ഷോട്ട് മതി തന്റെ സാന്നിധ്യം പ്രേക്ഷകമനസ്സിൽ നിർത്താൻ എന്നതിനു തെളിവാണിത്."

1977 ൽ പുറത്തുവന്ന ഭരതൻ ചിത്രമാണ് *ഗുരുവായൂർ കേശവൻ.* പ്രശസ്ത നോവലിസ്റ്റും കഥാകാരനുമായ പുതൂർ ഉണ്ണികൃഷ്ണന്റെ കഥ. നിർമാണം എം ഒ ജോസഫ്. അടൂർഭാസി, സോമൻ, ജയഭാരതി, ശങ്കരാടി, ബഹദൂർ തുടങ്ങി അഭിനേതാക്കളുടെ പേരുകളിൽ ഇനിയൊരു പേരും പ്രേക്ഷകർക്കു കാണാം. 'ഒടുവിലാൻ', ഒടുവിൽ ഉണ്ണികൃഷ്ണന്റെ പേർ *ഗുരുവായൂർ കേശവ*ന്റെ, ടൈറ്റിൽസിൽ കൊടുത്തിരിക്കുന്നത് അങ്ങിനെയാണ്.

ഇന്നും മലയാളികൾ ഓർക്കുകയും ഇഷ്ടപ്പെടുകയും ചെയ്യുന്ന ഭരതന്റെ വർണചിത്രം അതാണ് *ഗുരുവായൂർ കേശവൻ.* ഗുരുവായൂർ കേശവനായി ചിത്രത്തിൽ വരുന്നത് നായരമ്പലം ശിവജി എന്ന തലയെടുപ്പുള്ള കൊമ്പനാണ്. ഈ കൊമ്പന്റെ – ഗുരുവായൂർ കേശവന്റെ ഒന്നാം പാപ്പാൻ സാക്ഷാൽ അടൂർ ഭാസി, രണ്ടാം പാപ്പാൻ ഒടുവിലാൻ എന്ന ഒടുവിൽ ഉണ്ണികൃഷ്ണൻ. ഗുരുവായൂർ കേശവന്റെ രണ്ടാം പാപ്പാൻ മാണിനായരായി വേഷമിട്ട ഒടുവിൽ ഉണ്ണികൃഷ്ണന്റെ ആദ്യ സിനിമകളിൽ ഏറ്റവും പ്രധാനപ്പെട്ടതാണിത്. നായരമ്പലം ശിവജിയുടെ കൊമ്പ് പിടിച്ചുകൊണ്ടുള്ള ഒടുവിലിന്റെ രൂപം ചിത്രം കണ്ട ആർക്കും മറക്കാനാവില്ല. അടൂർ ഭാസിയേക്കാൾ മികച്ച അഭിനയമാണ് ഒടുവിൽ ഉണ്ണികൃഷ്ണൻ ഗുരുവായൂർ കേശവനിൽ കാഴ്ചവെച്ചത് എന്ന് സിനിമാ നിരൂപകനായ സിനിക്കിനെപ്പോലുള്ളവർ വിലയിരുത്തിയിട്ടുണ്ട്.

ഗുരുവായൂർ കേശവൻ പ്രേക്ഷകമനസ്സിൽ മാത്രം തങ്ങിനിൽക്കുന്ന സിനിമയല്ല. അതു ഒടുവിലിന്റേയും മനസ്സിൽ മറക്കാത്ത ഓർമകൾ സമ്മാനിച്ച ചിത്രമാണ്. ഗുരുവായൂർ കേശവന്റെ ചിത്രീകരണത്തിനിടെ ഉണ്ടായ ഒരു സംഭവം ഒടുവിൽ തന്നെ വിശദീകരിച്ചിട്ടുണ്ട്.

രണ്ടാം പാപ്പാൻ ചതിച്ചെന്ന് മനസ്സിലാക്കിയ ആന രണ്ടാം പാപ്പാനെ കുത്താൻ ഓടിക്കുന്നതും പാപ്പാൻ ഒരു കിണറ്റിൽ ഒളിച്ചിരുന്ന് രക്ഷപ്പെടാൻ ശ്രമിക്കുന്നതുമായ ഒരു രംഗം *ഗുരുവായൂർ കേശവനി*ലുണ്ട്. ഈ രംഗം ചിത്രീകരിക്കുന്നതിനു മുന്നോടിയായി ഭരതൻ റിഹേഴ്സൽ നടത്തുകയുണ്ടായി. ചാവക്കാട് മണത്തല ശിവക്ഷേത്രത്തിനടുത്തായിരുന്നു ചിത്രീകരണം. വളരെ പഴക്കമുള്ള ഒരു കിണർ, കിണറിലുള്ള ഒരു തേക്കുകൊട്ടയിൽ പിടിച്ച് രണ്ടാം പാപ്പാൻ ഒളിച്ചിരിക്കാൻ ശ്രമിക്കുന്നതും ആന തേക്കുകുട്ടയുടെ മുളപിടിച്ച് ഉയർത്താൻ ശ്രമിക്കുന്നതുമാണ് രംഗം. റിഹേഴ്സൽ നടത്തുന്നതിനിടെ തേക്കുകൊട്ട കെട്ടിയിരുന്ന മുള പൊട്ടി. തേക്കുകൊട്ടയിൽ പിടിച്ചിരുന്ന ഒടുവിൽ ദാ..... കുത്തനെ താഴോട്ട്. എന്താണ് സംഭവിച്ചതെന്നു മനസിലാക്കുന്നതിനു മുമ്പ് വെള്ളത്തിലെത്തി. ബോധം വന്ന് കിണറ്റിനു മുകളിലേക്കു നോക്കുമ്പോൾ ഭരതന്റെയും നിർമാതാവ് എം ഒ ജോസഫിന്റെയും ക്യാമറാമാൻ അശോക്കുമാറിന്റെയും തല

കൾ കിണറ്റിനു മുകളിൽ കണ്ടു.

സാധാരണ തേക്കു കൊട്ട പൊട്ടിയാൽ മുള നിവർന്ന് താഴെയുള്ള തലയിൽ ഇടിക്കേണ്ടതാണ്. എന്തോ ഭാഗ്യത്തിന് മുള തലയിൽ ഇടിച്ചില്ല. അത് കിണറ്റിന്റെ കല്ലുകൾക്കിടയിൽ തുളച്ചു കയറി. മുള തലയിൽ ഇടിച്ച് ഒടുവിലിന്റെ കഥ കഴിഞ്ഞെന്നാണ് സകലരും കരുതിയത്. പക്ഷേ, വലിയ പരിക്കുകളൊന്നും കൂടാതെ രക്ഷപ്പെട്ടു.

നാട്ടുകാരൊക്കെച്ചേർന്ന് ഒരുവിധം കരയ്ക്കു കയറ്റിയ ഒടുവിലിന്റെ ഉളുക്കിയ കാൽ യൂണിറ്റിലുള്ളവർ അമർത്തി ഉഴിഞ്ഞു. ഇതിനിടെ ഷൂട്ടിംഗ് കാണാനെത്തിയ ഒരാൾ ഓടി അരികിലെത്തി. വിരൽ കൊണ്ടു തോണ്ടിയശേഷം വന്നയാൾ ഒരു അത്യാവശ്യ കാര്യം ഒടുവിലിനോടു തിരക്കി. “ചേട്ടാ.... ജയഭാരതി എപ്പോ വരും?” തന്റെ സ്ഥാനത്ത് വേറെ ആരെങ്കിലുമായിരുന്നെങ്കിൽ ചോദ്യകർത്താവിന്റെ മണ്ടക്കിട്ട് ‘പ്ടേ’ന്നൊന്ന് കൊടുക്കുമായിരുന്നുവെന്നാണ് ഒടുവിൽ പറഞ്ഞിട്ടുള്ളത്.

പിറ്റേന്ന് സകല സുരക്ഷാക്രമീകരണങ്ങളും ഒരുക്കി ചിത്രീകരണം തുടങ്ങിയെങ്കിലും ധൈര്യം ചോർന്നുപോയി. കൈ കാലുകൾ വിറച്ചു. എങ്കിലും വിജയകരമായി *ഗുരുവായൂർ കേശവനി*ലെ വേഷം ചെയ്തു തീർത്തു.

മലയാറ്റൂർ രാമകൃഷ്ണന്റെ കഥയ്ക്ക്, കെ ടി മുഹമ്മദ് സംഭാഷണവും ഹരിഹരൻ സംവിധാനവും നിർവഹിച്ച ശ്രദ്ധേയമായ സിനിമയാണ് *ശരപഞ്ജരം*. 1979 ൽ പുറത്തുവന്ന *ശരപഞ്ജരം* ജയൻ, ഷീല ചിത്രമാണ്. *ശരപഞ്ജരത്തി*ലെ സുബ്ബയ്യർ ആയിട്ടാണ് ഒടുവിൽ ഉണ്ണികൃഷ്ണൻ വേഷമിട്ടിരിക്കുന്നത്. മധ്യവയസ്സു പിന്നിട്ട ഒരു യഥാർഥ കണ

ശരപഞ്ജരത്തിലെ സുബ്ബയ്യർ

ക്കപ്പിള്ള സ്വാമി അതാണ് ഒടുവിലിന്റെ സുബ്ബയ്യർ. നിജമാ.... ഇതു നിജമാ എന്നുള്ള സുബ്ബയ്യരുടെ കമന്റ് ഏവരും ഓർക്കും. കുതിരക്കാരനായി വന്ന് കുടുംബക്കാരനായത് നിജമാ.... ഇതു നിജമാ.... എന്ന ചോദ്യം ആ സിനിമയുടെ മുഴുവൻ പ്രമേയവും ഉൾക്കൊള്ളുന്നതാണ്.

സിനിമയിൽ അസവരങ്ങൾ ലഭിച്ചു തുടങ്ങിയപ്പോൾ ഒടുവിൽ ഉണ്ണികൃഷ്ണൻ താമസം മദ്രാസിലേക്കു മാറ്റി. തോപ്പിൽ ഭാസിയുടേയും പി എൻ മേനോന്റെയും നിർദേശപ്രകാരമാണ് മദ്രാസിലേക്കു താമസം മാറ്റിയത്. അതോടുകൂടി നാടകരംഗവുമായി വിടപറഞ്ഞു. തോപ്പിൽ ഭാസിയുടെ ക്ഷണപ്രകാരം *ചക്രവാകം, മോചനം, മുച്ചീട്ടുകളിക്കാരന്റെ മകൾ* എന്നീ സിനിമകളിലും ഒടുവിൽ വേഷമിട്ടു. *കരിമ്പന, ലാവ, ശക്തി* തുടങ്ങിയ സിനിമകളിലും ഒടുവിൽ അഭിനയിച്ചു.

സിനിമയിൽ കാലുറപ്പിക്കാനും കൂടുതൽ അവസരങ്ങൾക്കുമായി മദ്രാസിലേക്ക് ചേക്കേറിയ ആദ്യകാലങ്ങൾ പട്ടിണിയോളമെത്തിയ ദാരിദ്ര്യത്തിന്റെയും കഷ്ടപ്പാടിന്റേതുമായിരുന്നു. മദ്രാസിൽ അണ്ണാ ഫ്ളൈഓവറിനടുത്ത് എം കെ അഹമ്മദിന്റെ ലോഡ്ജിലായിരുന്നു താമസം. എം കെ അഹമ്മദിന്റെ ആ ലോഡ്ജ് അക്കാലത്ത് സിനിമാക്കാരുടെ ഒരു താവളമായിരുന്നു. അഭിനേതാക്കളായ ശ്രീനാഥ്, രവീന്ദ്രൻ തുടങ്ങി പലരും അടുത്ത മുറികളിൽ താമസിച്ചിരുന്നു. ഈ ലോഡ്ജിൽ താമസിക്കുന്നതിന്റെ പ്രധാനഗുണം എതിരെ ഉണ്ടായിരുന്ന മലയാളി ഹോട്ടലിൽ നിന്നും ഭക്ഷണം കടം കിട്ടും എന്നതായിരുന്നു.

മദ്രാസിലെ ജീവിതത്തിനിടയിൽ സിനിമകളില്ലാത്ത ഇടവേളകളിൽ ഒടുവിലിന്റെ ജീവിതം സംഗീതലോകത്തായിരുന്നു. തികഞ്ഞ താളബോധവും സംഗീതവും കൈമുതലായുണ്ടായിരുന്ന ഒടുവിൽ ഉണ്ണികൃഷ്ണനെ ഒരു ജീവിതോപാധിയായും സംഗീതം സഹായിച്ചിട്ടുണ്ട്.

മദ്രാസിലെ വാസത്തിനിടയിൽ ഒരിക്കൽ ബിച്ചുതിരുമല രചിച്ച പത്ത് ഗാനങ്ങൾക്ക് ഒടുവിൽ സംഗീതം നൽകുകയുണ്ടായി. മാത്രമല്ല അത് *ദശപുഷ്പങ്ങൾ* എന്ന പേരിൽ കാസറ്റ് ആയി പുറത്തിറക്കി. പ്രശസ്ത പിന്നണി ഗായകൻ ജയചന്ദ്രനുമായി ഒടുവിലിന് അടുപ്പവും കുടുംബബന്ധവുമുണ്ടായിരുന്നു. ജയചന്ദ്രന് ഈ പാട്ടുകൾ കേട്ട് ഇഷ്ടപ്പെട്ടു. ജയചന്ദ്രന്റെ ധൈര്യത്തിൽ *ദശപുഷ്പങ്ങൾ* സംഗീത റെക്കാർഡിങ്ങ് പൂർത്തിയായപ്പോൾ കാസറ്റ് തികയണമെങ്കിൽ ഒരു പാട്ടുകൂടി വേണമെന്നായി. അങ്ങിനെ ഒരു പാട്ടുകൂടി സംഗീതം നൽകി ഉൾപ്പെടുത്തി. പക്ഷെ അതിനകം കാസറ്റിന്റെ കവർ അച്ചടി പൂർത്തിയായിട്ടുണ്ടായിരുന്നു. അതുകൊണ്ട് 'ദശപുഷ്പം' എന്നത് പതിനൊന്നു പാട്ടുകളായി മാറി.

ദശപുഷ്പങ്ങൾ കൂടാതെ വേറെയും നിരവധി ഗാനങ്ങൾ ഒടുവിൽ ഉണ്ണികൃഷ്ണന്റെ സംഗീത സംവിധാനത്തിൽ പുറത്തു വന്നിട്ടുണ്ട്. വടക്കാഞ്ചേരിയിലെ രുധിര മഹാകാളികാവ് ദേവിയെ സ്തുതിച്ചുകൊണ്ടുള്ള 'രുധിര പുഷ്പാഞ്ജലി' ഇന്നും ദേവീസന്നിധിയിൽ ഉയർന്നു കേൾക്കുന്നതും ഒടുവിൽ സംഗീതം നൽകിയതുമാണ്. ഒട്ടനവധി ഗാനങ്ങൾക്ക്

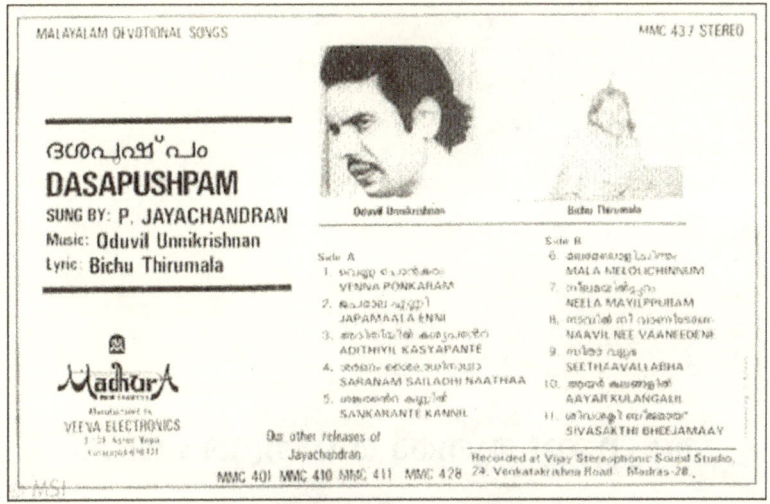

ദശപുഷ്പങ്ങൾ എന്ന കാസറ്റിന്റെ കവർ

ഈണം പകർന്നതിൽ നിന്നും തിരഞ്ഞെടുത്ത *വ്രതമാല, പൂങ്കാവനം, പമ്പാതീർഥം* തുടങ്ങി പത്തോളം കാസറ്റുകൾ ഒടുവിലിന്റേതായി നമുക്കു ലഭിച്ചു. *ഭരതേട്ടൻ വരുന്നു* എന്ന ചിത്രത്തിനു വേണ്ടി സംഗീതം സംവിധാനം നിർവഹിച്ചുവെങ്കിലും ചിത്രം വെളിച്ചം കണ്ടില്ല.

അഭിനേതാവ് എന്ന നിലയിൽ ചിരപ്രതിഷ്ഠ നേടിയ ഒടുവിൽ ഉണ്ണികൃഷ്ണന്റെ ഒഴിവുവേളകളിലെ സംഭാവനകളായിരുന്നു സംഗീത ലോകത്തേത്. എങ്കിലും സംഗീതരംഗത്ത് തനിക്കുള്ള കഴിവിന്റെ നിദർശനമായിരുന്നു അദ്ദേഹം ഈണം നൽകിയ ഓരോ ഗാനങ്ങളും.

അപ്പുണ്ണി മുതൽ രസതന്ത്രം വരെ

മലയാള സിനിമാലോകത്ത് ഏറ്റവും ജനപ്രീതിയുള്ള സംവിധായകരിൽ ഒരാളാണ് സത്യൻ അന്തിക്കാട്. നമ്മുടെ ചുറ്റുപാടുകളിൽ നിന്നുള്ള സാധാരണജീവിതപ്രമേയങ്ങളെ നർമത്തിനു പ്രാധാന്യം നൽകി അസാധാരണമായ പാടവത്തോടെ അവതരിപ്പിച്ച് വിജയിച്ച സംവിധായകനാണ് സത്യൻ അന്തിക്കാട്. നമ്മുടെ കുടുംബ സദസ്സുകൾക്ക് ഏറ്റവും പ്രിയപ്പെട്ട ഈ സംവിധായകൻ അമ്പതിലധികം സിനിമകളാണ് ഇതുവരെ മലയാളത്തിന് സമ്മാനിച്ചത്. 1982 ൽ സംവിധാനരംഗത്ത് വന്ന

ഭരത് ഗോപിയോടൊത്ത് അപ്പുണ്ണിയിൽ

പൊന്മുട്ടയിടുന്ന താറാവിൽ കരമനയ്ക്കൊപ്പം

സത്യൻ അന്തിക്കാടിന്റെ മൂന്നാമത്തെയോ നാലാമത്തെയോ സിനിമയാണ് 1984 ൽ പുറത്തുവന്ന *അപ്പുണ്ണി.*

വി കെ എൻ കഥയും തിരക്കഥയും രചിച്ച *അപ്പുണ്ണിയാ*ണ് ഒടുവിൽ ഉണ്ണികൃഷ്ണന്റെ ആദ്യ സത്യൻ ചിത്രം. *അപ്പുണ്ണിയി*ലെ കുറുപ്പുമാഷായി വേഷമിട്ട ഒടുവിൽ അതോടെ തുടർന്നുള്ള മിക്ക സത്യൻ അന്തിക്കാട് ചിത്രങ്ങളിലേയും കഥാപാത്രമായിത്തീർന്നു. ഒരു നാട്ടിൻപുറത്തുകാരന്റെ ശരീരഭാഷവേണ്ടുവോളമുള്ള ഒടുവിലിന്റെ കുറുപ്പുമാഷ് വി കെ എൻ- ന്റെ കഥാപാത്ര സങ്കൽപ്പത്തോട് പൂർണമായും നീതിപുലർത്തി. *അപ്പുണ്ണിയി*ലെ കുറുപ്പുമാഷുടെ വേഷം വളരം അനായാസമായും തന്മയത്വത്തോടെയുമാണ് ഒടുവിൽ അവതരിപ്പിച്ചത്.

സത്യൻ അന്തിക്കാടുമായി *അപ്പുണ്ണിയി*ൽ തുടങ്ങിയ ബന്ധം ഒടുവിലിന്റെ അന്ത്യംവരെ തുടർന്നു. മലയാളികൾ ഇരുകൈകളും നീട്ടി സത്യൻ ചിത്രങ്ങളെ എതിരേറ്റപ്പോൾ ആ ചിത്രങ്ങളിലെല്ലാം ശ്രദ്ധിക്കപ്പെടുന്ന വേഷങ്ങൾ അവതരിപ്പിച്ച ഒടുവിൽ ഉണ്ണികൃഷ്ണനും എതിരേൽക്കപ്പെട്ടു. സത്യൻ അന്തിക്കാടിന്റെ ഇരുപത്തഞ്ചോളം സിനിമകളിൽ മികച്ച വേഷങ്ങളുമായി ഒടുവിൽ ഉണ്ണികൃഷ്ണൻ പ്രേക്ഷകരുടെ മുന്നിലെത്തി. 1988 ൽ പുറത്തിറങ്ങിയ സത്യൻ അന്തിക്കാട് ചിത്രമായ *പൊന്മുട്ടയിടുന്ന താറാവിൽ* പാപ്പി എന്ന കഥാപാത്രമായാണ് ഒടുവിൽ രംഗ

പൊന്മുട്ടയിടുന്ന താറാവിൽ ശങ്കരാടിക്കൊപ്പം

ത്തുവരുന്നത്. ഗ്രാമീണ ജീവിതത്തിന്റെ നൈർമല്യവും കുശുമ്പും കുന്നായ്മയുമെല്ലാം അതിമനോഹരമായി അവതരിപ്പിച്ചിരിക്കുന്ന മികച്ച ചിത്രമാണ് *പൊന്മുട്ടയിടുന്ന താറാവ്.*

ഹാജിയാരുടെ കയ്യിൽ നിന്നും മൂവായിരം രൂപക്ക് പശുവിനെ വാങ്ങി കച്ചവടത്തിനു പുറപ്പെടുന്ന ഒടുവിലിന്റെ പാപ്പി കൃസ്ത്യാനിയാണെങ്കിലും പശുവിനെ തൊഴുവിക്കാനായി അടുത്തുള്ള കാവിലേക്ക് കൊണ്ടുപോകുന്നുണ്ട്. കാവിലെ വെളിച്ചപ്പാടായ ജഗതി തുള്ളിക്കൊണ്ടിരിക്കുമ്പോഴാണ് പശുവുമായി പാപ്പിയെത്തുന്നത്. അപ്പോഴേക്കും മൂത്ത തട്ടാൻ ഗോപാലൻ മരിച്ചു എന്ന് കേൾക്കുമ്പോൾ എല്ലാവരും തട്ടാന്റെ വീട്ടിലേക്ക് ഓടുന്നു. പാപ്പിയും ഓടി. പാപ്പി ഓടിയത് താൻ വാങ്ങിയ പശുവിന്റെ കയർ വിട്ടുകൊണ്ടായിരുന്നു. ആളുകൾ കൂടി അൽപനേരം കഴിഞ്ഞതും തട്ടാൻ പതുക്കെ കണ്ണുതുറന്നു. എന്നും കട്ടിലിൽ തന്നെകഴിയുന്ന തട്ടാൻ മരിച്ചിട്ടില്ല. വന്നവർ പിരിഞ്ഞുപോയി. അപ്പോഴാണ് പാപ്പിക്ക് പശുവിന്റെ കാര്യം ഓർമവന്നത്. പക്ഷെ അപ്പോഴേക്കും പശു അപ്രത്യക്ഷമായിക്കഴിഞ്ഞിരുന്നു. പിന്നെ പശുവിനു വേണ്ടിയുള്ള അന്വേഷണം, കൂട്ടിന് മാമുക്കോയയും. മൃതപ്രായനായി കിടന്നിരുന്ന ഒരാൾ മരിച്ചു എന്നു കേൾക്കുമ്പോൾ പോലും ഓടിച്ചെല്ലുന്ന നിഷ്കളങ്കമായ ഗ്രാമീണമുഖം പാപ്പിയിൽ കാണാം.

സത്യന്റെ താറാവ് ഇട്ട പൊന്മുട്ടകളാണ് താനും ഇന്നസെന്റും, മാമു

ക്കോയയുമെന്ന് ഒടുവിൽ പറയുമായിരുന്നു. ഈ സിനിമക്കുശഷം തങ്ങൾക്കു നിൽക്കാനെ നേരമില്ലായിരുന്നുവെന്നാണ് ഒടുവിൽ പറഞ്ഞിട്ടുള്ളത്.

പൊന്മുട്ടയിടുന്ന താറാവിനുശേഷം സത്യന്റെ തന്നെ *പട്ടണപ്രവേശം, കുടുംബപുരാണം, വരവേൽപ്പ്, മഴവിൽക്കാവടി, അർഥം, തലയണമന്ത്രം, സസ്നേഹം, കളിക്കളം, സന്ദേശം, സ്നേഹസാഗരം, മൈഡിയർ മുത്തച്ഛൻ, പിൻഗാമി, തൂവൽകൊട്ടാരം, വീണ്ടും ചില വീട്ടുകാര്യങ്ങൾ, കൊച്ചു കൊച്ചു സന്തോഷങ്ങൾ, നരേന്ദ്രൻ മകൻ ജയകാന്തൻ വക, യാത്രക്കാരുടെ ശ്രദ്ധയ്ക്ക്, മനസ്സിനക്കരെ, അച്ചുവിന്റെ അമ്മ, രസതന്ത്രം* തുടങ്ങി നിരവധി സിനിമകളിൽ ഒടുവിൽ അഭിനയിച്ചു.

മഴവിൽക്കാവടിയിൽ കുഞ്ഞാപ്പുവിനെ അവതരിപ്പിക്കുന്ന ഒടുവിൽ വ്യത്യസ്തങ്ങളായ ജോലികൾകൊണ്ട് വിവിധ രൂപങ്ങളിലാണ് പ്രത്യക്ഷപ്പെടുന്നത്. ചിലപ്പോൾ ചെത്തുകാരൻ കുഞ്ഞാപ്പുവാണ്, ചിലപ്പോൾ ബ്രോക്കർ കുഞ്ഞാപ്പുവാണ് ഇനി ചിലപ്പോൾ വെടിക്കാരൻ കുഞ്ഞാപ്പുവുമാണ്. നമ്മുടെ നാട്ടിൻപുറങ്ങളിൽ നാം കണ്ടുപരിചയപ്പെട്ടിട്ടുള്ള ചെത്തുകാരനും, ബ്രോക്കറും, വെടിക്കാരനുമെല്ലാം ഇവിടെ കുഞ്ഞാപ്പു

മഴവിൽക്കാവടിയിൽ ഒടുവിൽ ചെത്തുകാരൻ കുഞ്ഞാപ്പുവിന്റെ വേഷത്തിൽ

തലയണമന്ത്രത്തിൽ ഉർവശിയോടൊപ്പം

വിൽ അനായാസമായി അവതരിക്കപ്പെടുന്നു. ഏതെങ്കിലും ഒരു ജോലി ചെയ്തുകഴിഞ്ഞാൽ പോരെ എന്ന ചോദ്യത്തിന് കുഞ്ഞാപ്പുവിന്റെ മറുപടി, ജീവിക്കാൻ വേണ്ടി എല്ലാ വേഷങ്ങളും കെട്ടുന്നുവെന്നതാണ്. അതുപോലെ കുഞ്ഞാപ്പുവിന്റെ ബ്രോക്കർ കല്യാണം നടത്തുന്നതിനു മാത്രമല്ല മുടക്കുന്നതിനും കമ്മീഷൻ പറ്റുന്നയാളാണ്.

*തലയണമന്ത്ര*ത്തിൽ കെ ജി പൊതുവാൾ എന്ന ഡാൻസ് മാസ്റ്ററുടെ വേഷമാണ് ഒടുവിലിന്. ഒരു ചെറിയ റോളാണ് ഈ സിനിമയിൽ ഉള്ളതെങ്കിലും ഒടുവിലിന്റെ സാന്നിധ്യം പ്രത്യേകം ഓർമിക്കപ്പെടും. ഒരു ഡാൻസ് മാസ്റ്ററുടെ ഭാവഹാവാദികൾ എളുപ്പത്തിൽ സ്വാംശീകരിച്ച് ഒടുവിൽ അവതരിപ്പിച്ചിരിക്കുന്നു. ഉർവ്വശിയുടെ മകളെ ഡാൻസ് പഠിപ്പിക്കാനായി ഡാൻസ് മാസ്റ്ററായാണ് ഒടുവിൽ എത്തുന്നത്. പതുക്കെ ഉർവ്വശിയോട് അടുക്കാനും കൈനോക്കട്ടെ എന്നുപറഞ്ഞ് ലോഹ്യത്തിനു ചെല്ലുമ്പോൾ ഉർവ്വശിയുടെ കയ്യിൽ നിന്നും അടിവാങ്ങിച്ച് പടിയിറങ്ങി പോകുന്ന രംഗം മനോഹരമാണ്.

സന്ദേശം ഏറെ ആകർഷിക്കപ്പെട്ട, ഇന്നും ഇഷ്ടപ്പെടുന്ന മികച്ച സിനിമയാണ്. സന്ദേശത്തിലെ അച്ചുതൻ നായരായി വരുന്ന ഒടുവിൽ മികച്ച പ്രകടനമാണ് ഈ സിനിമയിൽ കാഴ്ചവച്ചിരിക്കുന്നത്. തിലകന്റെ സുഹൃത്തും അയൽക്കാരനുമാണ് *സന്ദേശ*ത്തിലെ അച്ചുതൻനായർ. അന്ധമായ രാഷ്ട്രീയ വിശ്വാസവും കൊണ്ടുനടക്കുന്ന യാതൊരു ജോലിയുമില്ലാത്ത രണ്ടുമക്കൾ ജയറാമും ശ്രീനിവാസനും. തിലകൻ വേഷമിട്ട രാഘവൻ നായരുടെ മക്കൾ. മക്കൾ ഇല്ലാത്ത അച്ചുതൻ നായർ ഭാഗ്യ

വാനാണെന്ന് രാഘവൻ നായർ പറയുന്നുണ്ട്. രാഘവൻ നായർക്കൊപ്പം നിന്ന് മക്കളെ നേർവഴിക്കാക്കാൻ അച്ചുതൻ നായർ ശ്രമിച്ച് വിജയം കാണുന്നുണ്ട്.

കളിക്കളത്തിൽ തൃശൂരിലെ ചിട്ടിക്കാരൻ ദേവസ്സിയായാണ് ഒടുവിൽ അഭിനയിച്ചത്. *സസ്നേഹത്തിലെ* ശ്രീനിവാസ അയ്യർ, *അർഥത്തിലെ* അനന്തൻ, *സ്നേഹസാഗരത്തിലെ* തിരുമേനി, *മൈ ഡിയർ മുത്തച്ഛനിലെ* ഫാക്ടറി ജോലിക്കാരൻ, *പിൻഗാമിയിലെ* മേനോൻ, *ഒരാൾമാത്രത്തിലെ* കെ പി പങ്കുണ്ണി മേനോൻ, *വീണ്ടും ചില വീട്ടുകാര്യങ്ങളിലെ* ഫാദർ നെടുമാരൻ, *യാത്രക്കാരുടെ ശ്രദ്ധയിലെ* കെ ജി നമ്പ്യാർ, *മനസിനക്കരെയിലെ* ശ്രീധരൻ തുടങ്ങിയ കഥാപാത്രങ്ങളെയും ഈ സത്യൻ അന്തിക്കാട് ചിത്രങ്ങളിൽ ഒടുവിൽ ശ്രദ്ധേയമായി അവതരിപ്പിച്ചു.

തൂവൽ കൊട്ടാരത്തിലെ അച്ചുതമാരാർ ഒടുവിലിന്റെ അഭിനയ ജീവിതത്തിലെ മറ്റൊരു നാഴിക്കല്ലായി തീർന്ന കഥാപാത്രമാണ്. തന്റെ വേദനകളും ധർമസങ്കടങ്ങളും തേവരുടെ മുന്നിൽ കൊട്ടിത്തീർക്കുന്ന അച്ചുതമാരാർ എക്കാലവും പ്രേക്ഷകർ ഇഷ്ടപ്പെടുന്ന കഥാപാത്രമാണ്.

അച്ചുവിന്റെ അമ്മയിലെ അബ്ദുള്ള, *രസതന്ത്രത്തിലെ* ഗണേശൻ ചെട്ടിയാർ എന്നീ കഥാപാത്രങ്ങളും പ്രത്യേകം പരാമർശം അർഹിക്കുന്നവയാണ്. രോഗബാധിതനായ ഒടുവിൽ ചികിത്സക്കിടയിൽ നിന്നുമാണ് ഈ ചിത്രങ്ങളിൽ അഭിനയിച്ചത്. ഒരു ഇടവേളക്ക് ശേഷം *അച്ചുവിന്റെ അമ്മയിലെ* അബ്ദുള്ളയായി അഭിനയിക്കുന്ന ഒടുവിലിന്റെ കഥാപാത്രം ഒരിക്കലും മറക്കാനാവാത്തതാണ്. ഡയാലിസിസ് ചെയ്യുന്നതിനിടയിലായിരുന്നു ഇത്. *രസതന്ത്രത്തിലെ* ഗണേശൻ ചെട്ടിയാരായി ഒടുവിൽ വേഷമിടുമ്പോഴും ആരോഗ്യനില പിന്നെയും വഷളായിട്ടുണ്ടായിരുന്നു. മുഖത്തും ശരീരത്തും നീരുവന്ന അവസ്ഥയിലായിരുന്നു ഇതിൽ അഭിനയിച്ചത്. ഒടുവിലിന്റെ മരണശേഷം 2009 ലാണ് *ആയിരത്തിലൊരുവൻ* എന്ന സിനിമ പുറത്തുവന്നതെങ്കിലും ആ ചിത്രം *രസതന്ത്രത്തിനും* മുമ്പു ചിത്രീകരിച്ചതായിരുന്നു. *ആയിരത്തിലൊരുവനിൽ* ശ്രീധരൻ എന്ന കഥാപാത്രത്തെയാണ് അവതരിപ്പിച്ചിട്ടുള്ളത്.

മലയാളത്തിലെ പ്രശസ്തരായ എല്ലാ സംവിധായകരുടേയും സിനിമകളിൽ വ്യത്യസ്തങ്ങളായ കഥാപാത്രങ്ങളെ അവതരിപ്പിക്കാൻ ഒടുവിലിനു കഴിഞ്ഞിട്ടുണ്ട്. അടൂർ ഗോപാലകൃഷ്ണൻ, എം ടി, ഹരിഹരൻ, ഐ വി ശശി, ലോഹിതദാസ്, സിബി മലയിൽ, രഞ്ജിത്ത്, ജയരാജ്, ലാൽജോസ്, കമൽ, രാജസേനൻ, തുടങ്ങി ഇനിയും ഒട്ടനവധി സംവിധായകരുടെ ചിത്രങ്ങളിൽ അഭിനയിച്ചിട്ടുണ്ട്.

സിബി മലയിൽ സംവിധാനം ചെയ്ത *കിരീടത്തിൽ* എ എസ് ഐ ആയിട്ടാണ് ഒടുവിൽ വേഷമിട്ടിരിക്കുന്നത്. കീരിക്കാടൻ ജോസിന്റെ ഉപ

ദ്രവം ഒന്നും ഏൽക്കാതെ ക്രമസമാധാനം പരിപാലിക്കുന്ന ഒരു സാധുവായ എ എസ് ഐ.

ഏറെ ശ്രദ്ധിക്കപ്പെട്ട നിരവധി ദേശീയ പുരസ്ക്കാരങ്ങൾ നേടിയ മികച്ച ചിത്രമായ *ഒരു വടക്കൻവീരഗാഥ*യിൽ നാടുവാഴിയായാണ് ഒടുവിൽ രംഗത്തുവരുന്നത്.

സംഗീത് ശിവൻ സംവിധാനം ചെയ്ത *യോദ്ധ* എന്ന സിനിമയിൽ ജഗതി ശ്രീകുമാറിന്റെ (അപ്പുക്കുട്ടൻ) അച്ഛനായിട്ടാണ് ഒടുവിൽ അഭിനയിച്ചത്.

മലയാളത്തിലെ പ്രദർശന വിജയം നേടിയ ശ്രദ്ധേയ ചിത്രമായ ഐ വി ശശിയുടെ *ദേവാസുര*ത്തിൽ ഒടുവിൽ അവതരിപ്പിച്ച പെരിങ്ങോടൻ ഒന്നോ രണ്ടോ രംഗങ്ങളിൽ മാത്രമാണ് വരുന്നതെങ്കിലും മനസിൽനിന്നും മറയാതെ നിൽക്കുന്ന കഥാപാത്രമാണ്. അവശനായികിടക്കുന്ന മംഗലശ്ശേരി നീലകണ്ഠനെ കാണാൻ മനഃശക്തിയില്ലാതെ

“വന്ദേമുകുന്ദഹരേ ജയശൗരേ
സന്താപഹാരി മുരാരി
ദ്വാപര ചന്ദ്രിക ചർച്ചിതമാം നിന്റെ
ദ്വാരകാപുരിയെവിടെ
സ്നേഹസതീർഥ്യനെന്റെ
കാൽക്കലെൻ കണ്ണീർ പ്രണാമം”

ദേവാസുരത്തിൽ മോഹൻലാലിനൊപ്പം

സല്ലാപത്തിൽ ദിലീപിനൊപ്പം

എന്നു പാടി വിട പറയുന്ന പെരിങ്ങോടനെ എക്കാലവും പ്രേക്ഷകർ ഓർക്കും.

ചന്ദ്രകാന്ത് ഫിലിംസിന് വേണ്ടി എം ടിയും ഹരികുമാറും ചേർന്നൊരുക്കിയ മനോഹര ചിത്രമാണ് *സുകൃതം*. മരിച്ചുവെന്ന് കരുതിയ ആൾ തിരിച്ചുവന്നാലുണ്ടാകുന്ന തമാശകൾ പ്രമേയമായി വന്നിട്ടുണ്ടെങ്കിലും ഈ വിഷയം ഗൗരവത്തോടെ കൈകാര്യം ചെയ്യുന്ന സിനിമയാണ് *സുകൃതം*. മനസിന്റെ ആഴങ്ങളിലേക്ക് കടന്നുചെന്ന് അതിന്റെ സങ്കീർണതകൾ വെളിപ്പെടുത്താൻ സുകൃതത്തിലൂടെ എം ടിക്കു കഴിഞ്ഞിട്ടുണ്ട്. നായകനായ രവി ശങ്കറുടെ (മമ്മൂട്ടി) ചെറിയച്ഛനായാണ് ഒടുവിൽ ഈ ചിത്രത്തിൽ അഭിനയിച്ചിട്ടുള്ളത്. മരണശയ്യയിൽ കിടക്കുന്ന കഥാനായകൻ രവിശങ്കർ സ്വസ്ഥമായി മരിക്കാൻ വേണ്ടി തറവാട്ടിലേക്കു തിരിച്ചു വരികയാണ്. ഈ തറവാട്ടിലെ കാരണവരായ ചെറിയച്ഛനായ ഒടുവിലിന്റെ മികച്ച അഭിനയമാണ് *സുകൃത*ത്തിലുള്ളത്. പ്രശസ്തിയിലേക്കുയർന്നപ്പോൾ താൻ മറന്നുപോയ അതേ തറവാട്ടിലേയ്ക്ക് രവിശങ്കർ തിരിച്ചെത്തിയപ്പോൾ സന്ദർശകർ അനവധി. “ആളോള് വന്നുകൊണ്ടിരിക്കും, ഇനി എല്ലാവർക്കും ചായവേണമെന്നില്ല.” അതുപോലെ തന്നെ മുറപ്പെണ്ണായിരുന്ന ദുർഗ്ഗയും (ശാന്തികൃഷ്ണ) രവിശങ്കറെ കാണാനെത്തി. രവിശങ്കറും ദുർഗ്ഗയും തമ്മിലുള്ള കല്യാണം നടക്കാത്തതിനെപ്പറ്റി ചെറിയച്ഛന്റെ വിശകലനം “അന്ന് നമ്മളെന്തൊക്യാ വിചാരിച്ചത്? നടക്കാതെ പോയതെന്തു കൊണ്ടാ, നിനക്ക് വൈധവ്യ ലക്ഷണമില്ല; അതുതന്നെ.” പ്രേക്ഷകർ ഒരുപോലെ ഇഷ്ടപ്പെട്ട ഒരു സിനിമയായിരുന്നു *സുകൃതം*.

ലോഹിതദാസിന്റെ കഥയും സുന്ദർദാസ് സംവിധാനവും നിർവഹിച്ച ജനപ്രീതി നേടിയ ഒരു സിനിമയാണ് *സല്ലാപം*. *സല്ലാപ*ത്തിൽ മാധവ

മേനോനായാണ് ഒടുവിൽ അഭിനയിക്കുന്നത്. ഉത്സവക്കമ്മിറ്റി പ്രസിഡന്റായ മാധവമേനോൻ നമുക്ക് ഏവർക്കും സുപരിചിതനാണ്. നമ്മുടെ നാട്ടിൻ പുറങ്ങളിലെ ഉത്സക്കമ്മിറ്റി പ്രസിഡന്റിനെ ഒടുവിലിന്റെ മാധവമേനോൻ മനോഹരമായി ഈ സിനിമയിൽ അവതരിപ്പിച്ചിട്ടുണ്ട്.

ആലങ്കോട് ലീലാകൃഷ്ണന്റെ കഥയെ ജയരാജിന്റെ സംവിധാനത്തിൽ സിനിമയാക്കിയപ്പോൾ *തിളക്കം* എക്കാലത്തെയും തിളങ്ങുന്ന സിനിമകളിലൊന്നായി മാറി. നെടുമുടിവേണു, ദിലീപ്, ജഗതി ശ്രീകുമാർ, സലീംകുമാർ, കാവ്യമാധവൻ തുടങ്ങിയവർ അഭിനയിച്ച *തിളക്ക*ത്തിലെ ഗോവിന്ദപ്പണിക്കരാണ് ഒടുവിൽ. നഷ്ടപ്പെട്ട മകനുവേണ്ടി വർഷങ്ങളായി കാത്തിരിക്കുന്ന മാഷും (നെടുമുടിവേണു) കുടുംബവും. മാത്രമല്ല ഒരു ഗ്രാമം മുഴുവൻ കാത്തിരിക്കുകയാണ്. ഈ മകന്റെ കൂടെ കാണാതായ ഒരു വ്യക്തി കൂടിയുണ്ട് അതാണ് ഒടുവിലിന്റെ ഗോവിന്ദപണിക്കർ. ഗോവിന്ദപ്പണിക്കരോടൊപ്പം ഉത്സവം കാണാൻ പോയ ഉണ്ണികൃഷ്ണനെ അവിടെവച്ച് നഷ്ടപ്പെടുന്നു. കുട്ടിയെ നഷ്ടപ്പെട്ടതിൽ മനം നൊന്ത് നാട്ടിലേക്ക് തിരിച്ചുവരാതെ ദേശങ്ങൾ തോറും അലഞ്ഞു തിരിഞ്ഞു ഗോവിന്ദപ്പണിക്കർ. വർഷങ്ങൾക്കുശേഷം ഗ്രാമത്തിൽ എത്തിച്ചേർന്ന മന്ദബുദ്ധിയായ ചെറുപ്പക്കാരനെ (ദിലീപ്) തന്റെ നഷ്ടപ്പെട്ട മകൻ ഉണ്ണിയായി കരുതി മാഷുടെ കുടുംബം സ്നേഹപൂർവം വളർത്തുന്നു. നഷ്ടപ്പെട്ട മകനുവേണ്ടിയുള്ള പരസ്യം കുറച്ചായി പത്രത്തിൽ കാണാതായപ്പോൾ നീണ്ട പതിനെട്ടു വർഷത്തിനുശേഷം ഗോവിന്ദപ്പണിക്കർ ഗ്രാമത്തിൽ തിരിച്ചെത്തുന്നു.

തന്റെ മകളായ അച്ചുവിനെ (കാവ്യാമാധവൻ) പോലും തിരിച്ചറിയാനാകാത്ത അത്രയും വലിയ വേർപിരിയലിനുശേഷം തിരിച്ചെത്തിയ പണിക്കരുടെ വേഷം ഒടുവിൽ മനോഹരമായി കൈകാര്യം ചെയ്തിരിക്കുന്നു. സ്വന്തം മകളെ തിരിച്ചറിയാതെ നിൽക്കുന്ന പണിക്കരോട് അച്ഛാ അച്ഛന്റെ അമ്മുവാണ് ഞാൻ എന്നു പറഞ്ഞ് മകൾ മനസിലാക്കിക്കൊടുക്കുമ്പോൾ ആ വേർപാടിന്റെ ആഴം ശരിക്കും ബോധ്യപ്പെടും. പ്രേക്ഷകർ എന്നും ഓർമിക്കുന്ന മറ്റൊരു ഒടുവിൽ കഥാപാത്രം തന്നെയാണ് *തിളക്ക*ത്തിലെ ഗോവിന്ദപ്പണിക്കർ.

കമൽ സംവിധാനം ചെയ്ത *ഗ്രാമഫോൺ* ഒരു സംഗീതജ്ഞന്റെ ജീവികഥ അന്തർധാരയായിവരുന്ന വ്യത്യസ്തമായൊരു നല്ല സിനിമയാണ്. പാട്ട് സേഠ് എന്ന കഥാപാത്രമാണ് *ഗ്രാമഫോണി*ൽ ഒടുവിൽ ഉണ്ണികൃഷ്ണൻ. പാട്ടിനോടുള്ള കമ്പം കാരണം നാട്ടുകാർ ഇട്ടുകൊടുത്ത പേരായിരുന്നു പാട്ട് സേഠ് എന്നത്. ഒടുവിലിന്റേയും വ്യത്യസ്തമായ കഥാപാത്രങ്ങളിലൊന്നാണ് പാട്ട് സേഠ്. ഗ്രാമഫോണുകളും മറ്റു പഴയ സംഗീതോപകരണങ്ങളും റിപ്പയർചെയ്തു കൊടുക്കുന്ന സ്ഥാപനം നടത്തു

ന്നയാളാണ് പാട്ട് സേഠ്.

എക്കാലവും ഓർമിക്കപ്പെടുകയും പ്രേക്ഷകർ ഇഷ്ടപ്പെടുകയും ചെയ്യുന്ന ഇനിയും ഒട്ടനവധി കഥാപാത്രങ്ങൾക്ക് ഒടുവിൽ ജീവൻ നൽകിയിട്ടുണ്ട്. മേൽപ്പരാമർശിച്ച കഥാപാത്രങ്ങൾ ഒടുവിൽ വേഷമിട്ട സിനിമകളുടെ എണ്ണവുമായി താരതമ്യപ്പെടുത്തുമ്പോൾ അതിന്റെ ചെറിയൊരംശം പോലുമാകുന്നില്ല. മലയാള സിനിമയിൽ സ്വന്തമായി ഒരു സ്ഥാനം ഉറപ്പിച്ച് എക്കാലത്തേയും മികച്ച അഭിനയ മുഹൂർത്തങ്ങൾക്ക് ഉത്തമ മാതൃകകൾ സമ്മാനിച്ചുകൊണ്ടാണ് ഒടുവിൽ ഉണ്ണികൃഷ്ണനെന്ന നടൻ അരങ്ങൊഴിഞ്ഞത്.

അനശ്വര കഥാപാത്രങ്ങൾ

മുന്നൂറിലധികം സിനിമകളിൽ വേഷമിട്ട ഒടുവിൽ ഉണ്ണികൃഷ്ണൻ ജീവൻ പകർന്നു നൽകിയ നിരവധി കഥാപാത്രങ്ങൾ എക്കാലത്തും പ്രേക്ഷക ഹൃദയങ്ങളിൽ കുടികൊള്ളുന്നവയാണ്. അവതരിപ്പിച്ച കഥാപാത്രങ്ങളിൽ പ്രത്യേക ചൈതന്യം പകർന്ന് വേറിട്ട അഭിനയസിദ്ധിയുടെ മായാത്ത മുദ്രകൾ പതിപ്പിച്ച അനശ്വര നടനായിരുന്നു ഒടുവിൽ ഉണ്ണികൃഷ്ണൻ. ഒടുവിൽ എന്ന പേര് കേൾക്കുമ്പോഴേക്കും നമ്മുടെ മനസിലേക്ക് ഓടിയെത്തുന്ന, എന്നും പച്ചപിടിച്ചുനിൽക്കുന്ന ഏതാനും കഥാപാത്രങ്ങളെ ഇവിടെ ഓർക്കാം.

പരിണയം: ഓതിക്കൻ

"ഒരു വിധവയ്ക്ക് കരച്ചിലിനേക്കാൾ ഭയം ചിരിയോടാണ്." എന്ന ലളിതാംബിക അന്തർജ്ജനത്തിന്റെ വാചകം മുഖക്കുറിയായി കാണിച്ചുകൊണ്ട് *പരിണയം* തുടങ്ങുന്നു. എം ടിയും ഹരിഹരനും ചേർന്ന് ഒരു കാലഘട്ടത്തിന്റെ പരിച്ഛേദമാണ് പരിണയത്തിലൂടെ പുനരാവിഷ്കരിച്ചത്. അറുപത്തിനാലു വയസുകഴിഞ്ഞ പാലക്കുന്നം ബ്രഹ്മദത്തൻ നമ്പൂതിരിയുടെ നാലാമത്തെ വേളി ഉണ്ണിമായ എന്ന പതിനേഴുകാരി. വേളികഴിഞ്ഞു മൂന്നാം മാസം പാലക്കുന്നം ചരമം പൂണ്ടു. വിധവയായ ഉണ്ണിമായ മൂന്നുമാസം കൂടി കഴിഞ്ഞപ്പോൾ ഗർഭിണിയായി. അവിഹിത ഗർഭത്തിനുത്തരവാദിയെ വിചാരണ നടത്തി കണ്ടുപിടിച്ച് ഉണ്ണിമായയെ ഇല്ലത്തുനിന്നും പുറത്താക്കണം. ഇതാണ് *പരിണയ*ത്തിലെ പ്രമേയം.

പാലക്കുന്നം മനയ്ക്കലെ ഉണ്ണിമായയുടെ ഗർഭത്തിനുത്തരവാദി ആരെന്നു കണ്ടുപിടിക്കാൻ പ്രഗത്ഭരായ സ്മാർത്തന്മാരെ ഇല്ലത്തേക്കു ക്ഷണിച്ചു വരുത്തുന്നു. ഇല്ലത്തെ ആചാരകർമങ്ങളുടെ നടത്തിപ്പുകാര

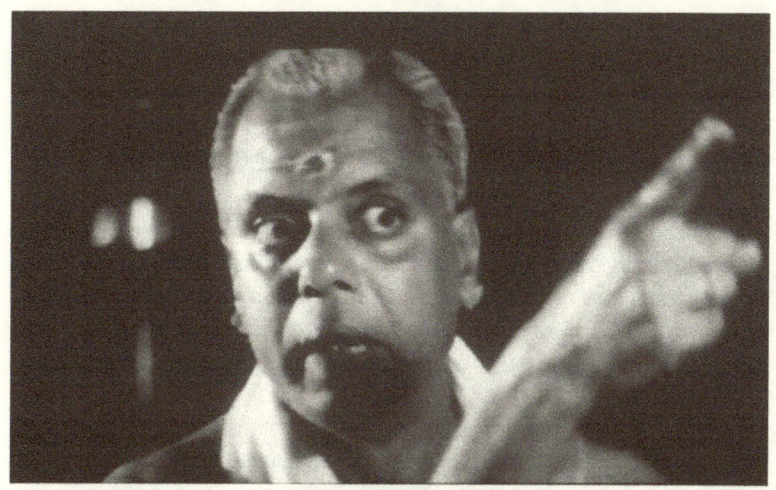

പരിണയത്തിലെ ഓതിക്കൻ

നായ ഓതിക്കനായാണ് ഒടുവിൽ *പരിണയ*ത്തിൽ വേഷമിട്ടിരിക്കുന്നത്. ഒടുവിലിന്റെ ശ്രദ്ധേയമായ വേഷങ്ങളിൽ ഒന്നാണ് ഈ ഓതിക്കൻ. സ്മാർത്ത വിചാരണക്കായി ഇല്ലത്ത് എത്തിച്ചേർന്ന തിലകൻ വേഷമിട്ട ചെറുകന്നിയൂർ വലിയ നാരായണ ഭട്ടതിരിപ്പാടിന്റെ നേതൃത്വത്തിലുള്ള സംഘത്തിൽ ജഗതിയുടെ മുല്ലശ്ശേരി, ടി പി മാധവൻ, ദാമോദരൻ നമ്പൂതിരി തുടങ്ങി പിന്നെയും പലരും ഉണ്ടായിരുന്നു. ഈ സംഘത്തെ സ്വീകരിച്ചിരുത്തി ഓതിക്കനായ ഒടുവിൽ തുടക്കത്തിലെ പറയുന്ന ഒരു വാചകമുണ്ട്. "ഞാൻ മൂന്നു വേളി കഴിച്ചു; രണ്ട് സംബന്ധവും. തരായാൽ ഇനീം കഴിക്ക്യേം ചെയ്യും. പാടില്യാന്ന് പറയാൻ ഇവരാരാ. ചോദിക്കാൻ വരുന്നവരുടെ മുഖത്ത് ആട്ടണം." ഈയൊരു സംഭാഷണം മാത്രം മതി ഒരു കാലഘട്ടത്തിൽ നമ്പൂതിരി സമുദായത്തിൽ നിലനിന്നിരുന്ന വിവാഹ സമ്പ്രദായങ്ങൾ മനസിലാക്കാൻ. പാലക്കുന്നത്തിന്റെ നാലാം വേളിക്കു ചുക്കാൻ പിടിച്ചതും ഓതിക്കനാണ്.

അൻപതോ അറുപതോ കൊല്ലം പിന്നാമ്പുറത്തെ ഒരു കാലഘട്ടത്തിലെ കഥാപാത്രങ്ങളെയാണല്ലോ *പരിണയ*ത്തിൽ അവതരിപ്പിച്ചിരിക്കുന്നത്. അക്കാലത്തെ നമ്പൂതിരിമാരുടെ രൂപഭാവങ്ങൾ അതിമനോഹരമായി അവതരിപ്പിക്കാൻ *പരിണയ*ത്തിലെ അഭിനേതാക്കൾക്ക് കഴിഞ്ഞിട്ടുണ്ട്. ഒടുവിൽ അവതരിപ്പിച്ച ഓതിക്കനും ഇതിനു മികച്ച ഉദാഹരണമായി പ്രത്യേകം പ്രശംസ പിടിച്ചുപറ്റിയതാണ്. നാക്കു ഒരുവശത്തേക്കു കടിച്ചു പിടിച്ചുകൊണ്ട് കക്ഷത്തിൽ മുറുക്കാൻ ചെല്ലവുമായി കാര്യസ്ഥനായി നടക്കുന്ന ഓതിക്കൻ ഒടുവിലിന്റെ ശക്തമായ കഥാപാത്രമാണ്. സ്മാർത്ത വിചാരണ നടത്തി ഉണ്ണിമായക്കു മുമ്പിൽ ഉത്തരം മുട്ടുമ്പോഴുള്ള ഒടുവിലിന്റെ മുഖഭാവം എന്നെന്നും ഓർമിക്കപ്പെടുന്നതാണ്. ഒടു

വിൽ ഉണ്ണികൃഷ്ണന്റെ അഭിയനജീവിതത്തിലെ അനശ്വര മുഹൂർത്തങ്ങൾ സമ്മാനിച്ചിട്ടുള്ള അതിമനോഹരമായ ചിത്രങ്ങളിൽ ഒന്നാണ് *പരിണയം.*

പെരുവണ്ണാപുരത്തെ വിശേഷങ്ങൾ: അപ്പുണ്ണി നായർ

പെരുവണ്ണാപുരം എന്ന ഗ്രാമത്തിലെ പ്രമാണിമാരായ കാവുമ്പാട്ടെ കുറുപ്പന്മാരുടെ കഥ പറയുന്ന കമൽ ചിത്രമാണ് *പെരുവണ്ണാപുരത്തെ വിശേഷങ്ങൾ*. ഈ പെരുവണ്ണാപുരത്തെ കാവുമ്പാട്ട് തറവാട്ടുവക കെട്ടിടത്തിൽ ചായക്കട നടത്തുന്ന അപ്പുണ്ണിനായരായാണ് ഒടുവിൽ ഈ ചിത്രത്തിൽ വേഷമിട്ടിരിക്കുന്നത്. സ്വന്തമായി കോളേജും വീട്ടിൽ കളരിയുമുള്ള കാവുമ്പാട്ടെ അഞ്ചു സഹോദരന്മാർക്കുള്ള ഏക സഹോദരിയായി പാർവ്വതി. സ്വന്തം കോളേജിലെ വിദ്യാർഥിനിയായി പഠിക്കുന്ന അഹങ്കാരിയാണ് പാർവതി. ഈ കോളേജിലെ പ്യൂണായി ജോലി ലഭിച്ചു വരുന്ന ജയറാം. ജയറാമിന്റെ താമസം അപ്പുണ്ണിനായരുടെ ചായക്കടയ്ക്കു മുകളിലെ മുറിയിൽ. ഇന്നസെന്റ്, ജഗതി ശ്രീകുമാർ, മമ്മുക്കോയ, പപ്പു, ജഗദീഷ് തുടങ്ങിയ വൻനിര തന്നെ ഹാസ്യത്തിനു മുൻതൂക്കമുള്ള ഈ സിനിമയിൽ അഭിനയിക്കുന്നുണ്ട്. നമ്മുടെ നാട്ടിൻപുറങ്ങളിൽ നമുക്ക് ഏറെ പരിചയമുള്ള ഒരു യഥാർഥ ചായക്കടക്കാരൻ തന്നെയാണ് ഒടുവിലിന്റെ അപ്പുണ്ണിനായർ.

പെരുവണ്ണാപുരത്തെ സ്പന്ദനങ്ങളുടെ കേന്ദ്രബിന്ദുവാണ് അപ്പുണ്ണി നായരുടെ ചായക്കട. പപ്പുവിന്റെ ബാർബർ ഷാപ്പും ഒരു പലചരക്കുകടയും മറ്റും ചേർന്ന കെട്ടിടത്തിലുള്ള നാട്ടിൻപുറത്തെ ഏറ്റവും സജീവമായ കച്ചവടകേന്ദ്രവും സമ്മേളനസ്ഥലവും ഈ ചായക്കടതന്നെയാണ്. ഒടുവിലിന്റെ ആദ്യകാല സിനിമകളിലെ ശ്രദ്ധേയമായ വേഷങ്ങളിൽ ഒന്നായി അപ്പുണ്ണിനായരെ കാണാം.

സർഗ്ഗം: വലിയ തമ്പുരാൻ

ഹരിഹരൻ ചിത്രമായ *സർഗ്ഗം* മലയാളത്തിലെ എക്കാലത്തേയും മികച്ച സിനിമകളിൽ ഒന്നാണ്. സർഗ്ഗത്തിലെ വല്യച്ഛനായ വലിയ തമ്പുരാനായാണ് ഒടുവിൽ ഈ ചിത്രത്തിൽ വേഷമിട്ടിരിക്കുന്നത്. ഈ ചിത്രത്തിലും നമ്പൂതിരി വേഷത്തിലാണ് അഭിനയിക്കുന്നതെങ്കിലും അത് *പരിണയ*ത്തിലെ ഓതിക്കന്റെ രൂപഭാവങ്ങളിൽ നിന്നും തികച്ചും ഭിന്നമാണ്. വേളിയോ, സംബന്ധമോ ഇല്ലാത്ത ഒറ്റത്തടി; പരമസുഖം. നിസ്സംഗമായ ഭാവാഭിനയത്തിലൂടെ പ്രേക്ഷകരെ ആകർഷിക്കുന്ന വലിയ തമ്പുരാൻ ഒടുവിലിന്റെ മറ്റൊരു മികച്ച വേഷമാണ്.

മർക്കട ജന്മമെന്ന് പരിഹസിക്കുന്ന കുട്ടൻ തമ്പുരാന്റെ (മനോജ് കെ ജയൻ) ചെയ്തികൾകൊണ്ട് പൊറുതിമുട്ടിയ പെറ്റമ്മ (ഊർമ്മിള ഉണ്ണി) മനംനൊന്ത് വലിയച്ഛനോട് സങ്കടം പറയുന്നു. ഇതെല്ലാം കേൾക്കുന്ന വല്യച്ഛനായ ഒടുവിൽ ഒന്നു ഇരുത്തി മൂളുന്നു. ഇത്തരം

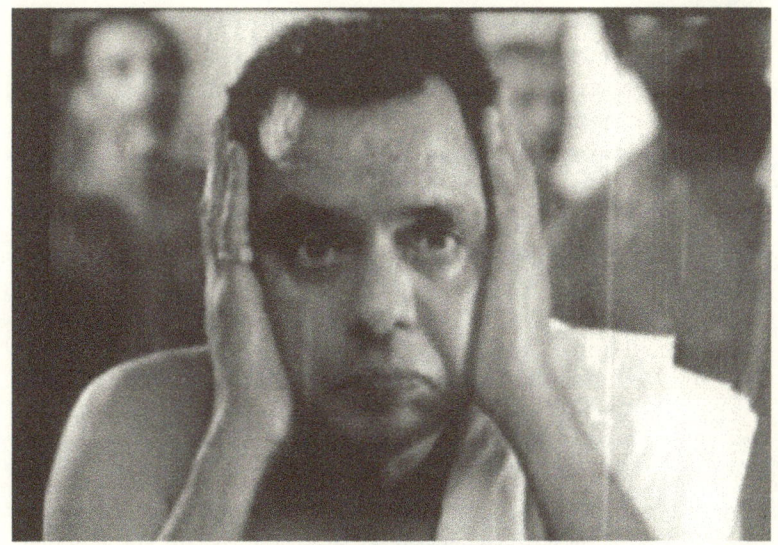

സർഗത്തിലെ വല്യച്ഛൻ

മൂളൽ കൊണ്ടുതന്നെ ഒരു ഭാവപ്രപഞ്ചത്തെ സൃഷ്ടിക്കാൻ കഴിയുന്ന മറ്റധികം നടന്മാർ നമുക്കില്ല. അതുകൊണ്ടുതന്നെ സർഗ്ഗത്തിലെ വല്യ ച്ഛൻ ഒടുവിലിന്റെ അഭിനയജീവിതത്തിലെ മികച്ച കഥാപാത്രങ്ങളിൽ ഒന്നാ യിത്തീരുന്നു.

ആറാം തമ്പുരാൻ: കൃഷ്ണവർമ്മതമ്പുരാൻ

രഞ്ജിത്ത് കഥയും തിരക്കഥയും സംഭാഷണവും നിർവഹിച്ച് ഷാജി കൈലാസ് സംവിധാനം ചെയ്ത് വൻവിജയമായ സൂപ്പർഹിറ്റ് ചിത്രമാണ്

ആറാം തമ്പുരാനിൽ മഞ്ജുവാര്യർ, ശങ്കരാടി എന്നിവർക്കൊപ്പം

ആറാം തമ്പുരാൻ. ഈ ചിത്രത്തിലെ പരദേശി ബ്രാഹ്മണനായ കൃഷ്ണ വർമ്മ തമ്പുരാനായാണ് ഒടുവിൽ വേഷമിടുന്നത്. കൊല്ലങ്കോട് രാജാവ് സന്തോഷപൂർവം സമ്മാനിച്ച ഹാർമോണിയവും വായിച്ചുകൊണ്ട് കാലം കഴിക്കുന്ന ഭാഗവതർ.

ഒടുവിലിന്റെ ഈ ഭാഗവതർക്ക് തുണ അനാഥയായ, കാളൂർ ബ്രഹ്മ ദത്തൻ നമ്പൂതിരിയുടെ മകൾ ഉണ്ണിമായ (മഞ്ജു വാര്യർ). കോവിലകം വിറ്റാൽ തെരുവിലേക്കിറങ്ങേണ്ടിവരുമെന്ന ആശങ്കയിൽ കഴിയുന്നവരാണ് ഉണ്ണിമായയും കൃഷ്ണവർമ്മതമ്പുരാനും. തന്റെ ആരുമല്ല എന്നറിഞ്ഞിട്ടും, ഉണ്ണിമായയുടെ അച്ഛാ എന്ന വിളി, അതാണ് ഉണ്ണിമായയും തമ്പുരാനും തമ്മിലുള്ള ബന്ധം..... ഒരിക്കൽ ആറാം തമ്പുരാനുവേണ്ടി ഹാർമോ ണിയം ചോദിച്ചു വരുമ്പോൾ കള്ളുകുടിയന്മാരുടെ സഭ കൊഴുപ്പിക്കാൻ അച്ഛന്റെ ഹാർമോണിയം കൊടുക്കില്ല എന്നു ശഠിക്കുന്നുണ്ട്, ഉണ്ണിമായ.

ഒരു മൂക്കുത്തി പോലും ഇടാനില്ലാത്ത ഉണ്ണിമായയുടെ വിഷമം തീർക്കാനായി തന്റെ ജീവനായ ഹാർമോണിയം തമ്പുരാൻ വിൽക്കുന്നു. ഒരു നിർധനനായ തനിക്ക് 1000 രൂപയെങ്കിലും തരണമെന്ന് ആവശ്യ പ്പെട്ട് 900 രൂപയ്ക്ക് ഹാർമോണിയം ആറാം തമ്പുരാന് വിൽക്കുന്നു. ഹാർമോണിയം വിറ്റുകിട്ടിയ തുകയ്ക്ക് മൂക്കുത്തി വാങ്ങി ഉണ്ണിമായക്കു കൊടുക്കുമ്പോൾ അച്ഛന്റെ ജീവൻ വിറ്റിട്ട് എനിക്കു പൊന്നണിഞ്ഞു നട ക്കേണ്ട എന്ന ഉണ്ണിമായയുടെ പ്രതികരണവുമെല്ലാം എന്നും മനസ്സിൽ തങ്ങി നിൽക്കുന്ന മനോഹരരംഗങ്ങളാണ്.

നഗരത്തിൽ നിന്നുമെത്തിയ ആറാം തമ്പുരാന്റെ സുഹൃത്തുക്കൾ ബലം പ്രയോഗിച്ച് കൃഷ്ണവർമ്മ തമ്പുരാന് മദ്യം നൽകുന്നു. അപ്പോൾ താൻ മദ്യപിക്കില്ലെന്നും തന്നെ ഉപദ്രവിക്കരുതെന്നും നിസ്സഹായനായി കേണപേക്ഷിക്കുന്ന രംഗങ്ങളെല്ലാം മികച്ച അഭിനയ മുഹൂർത്തങ്ങളാണ്.

ഒരു ചെറു പുഞ്ചിരി: കൃഷ്ണക്കുറുപ്പ്

മലയാള കഥാലോകത്തെ കുലപതി, അറുപതിലധികം സിനിമ കൾക്ക് തിരക്കഥ രചിച്ച് സമ്പന്നമാക്കിയ ശ്രീ. എം ടി വാസുദേവൻ നായർ വളരെ കുറച്ചു സിനിമകൾ സംവിധാനം ചെയ്തിട്ടുമുണ്ട്. തന്റേ തല്ലാത്ത ഒരു കഥയിൽ ആകൃഷ്ടനായി എം ടി ആദ്യമായും അവസാന മായും സിനിമയാക്കി സ്വന്തമായി സംവിധാനവും നിർവഹിച്ച ചിത്രമാണ് *ഒരു ചെറുപുഞ്ചിരി* പ്രസിദ്ധ കന്നട സാഹിത്യകാരനായ ശ്രീരമണയുടെ മിഥുനം എന്ന കഥയെ അവലംബിച്ചാണ് എം ടി *ഒരു ചെറുപുഞ്ചിരി* നിർമിച്ചത്.

ഒരു വൃദ്ധദമ്പതികളുടെ പരസ്പര സ്നേഹത്തിന്റെ വിശ്വാസ ത്തിന്റെ മോഹിപ്പിക്കുന്ന ചിത്രമാണ് *ഒരു ചെറുപുഞ്ചിരി*. കളങ്കമില്ലാത്ത സ്നേഹം, വിവാഹം, കുടുംബം എന്നീ സങ്കൽപ്പങ്ങൾക്കു ശൈഥില്യം സംഭവിച്ചുകൊണ്ടിരിക്കുമ്പോൾ തികച്ചും അർഥവത്തായ ഒരു പ്രമേയം അതായിരുന്നു എം ടിയെ *ഒരു ചെറുപുഞ്ചിരി*യിൽ എത്തിച്ചത്. ഈ സിനി

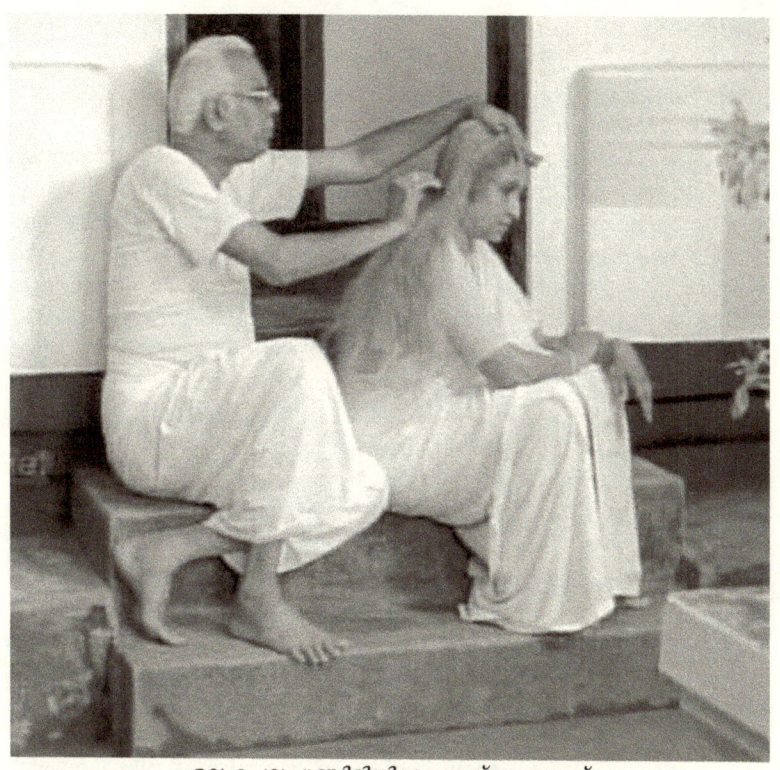

ഒരു ചെറുപുഞ്ചിരിയിലെ കൃഷ്ണക്കുറുപ്പ്

മയിലെ പ്രധാന കഥാപാത്രം ആരായിരിക്കണമെന്നതിനെക്കുറിച്ച് എം ടി പറഞ്ഞത് ഇങ്ങനെയായിരുന്നു. "എന്റെ മനസ്സിൽ ആദ്യമായും അവസാനമായും കടന്നു വന്ന മുഖം ഒടുവിൽ ഉണ്ണികൃഷ്ണന്റേതല്ലാതെ മറ്റാരുടെയും ആയിരുന്നില്ല." എന്നായിരുന്നു.

കൃഷ്ണക്കുറുപ്പ് എന്ന റിട്ടയേർഡ് അധ്യാപകനായി ഒരു ചെറുപുഞ്ചിരിയിൽ വേഷമിട്ട ഒടുവിൽ അനിതര സാധാരണമായ അഭിനയ പാടവമാണ് കാഴ്ചവെയ്ക്കുന്നത്. എഴുപത്തിനാലുകാരനായ കൃഷ്ണക്കുറുപ്പിന്റെ എട്ടോ പത്തോ നാളുകളിലൂടെയാണ് ഈ ചിത്രം പൂർത്തിയായിരിക്കുന്നത്. വാർധക്യം ആഘോഷമാക്കി മാറ്റിയ ദമ്പതികളിൽ കൃഷ്ണക്കുറുപ്പിന്റെ ഭാര്യയായി വേഷമിട്ടിരിക്കുന്നത് നിർമ്മല ശ്രീനിവാസനാണ്. കുറുപ്പ്, അമ്മാളു എന്നീ വൃദ്ധജനങ്ങളുടെ നിറജീവിതത്തിന്റെ പ്രസാദവും, മാധുര്യവും ഒരു ചെറുപുഞ്ചിരിയിൽ കാണാം. കവിതപോലെ സുന്ദരവും, മധുരതരവുമായ ജീവിതത്തെ അമ്മാളുവമ്മ ഓർക്കുന്നു; നാൽപ്പത്തേഴു കൊല്ലം പോയതു ഞങ്ങളറിഞ്ഞില്ല. എന്നെ അത്രക്കിഷ്ടമാണ്,

എനിക്കും." കല്യാണം കഴിഞ്ഞ് ബസ്സിൽ വീട്ടിലേക്കുവന്ന രംഗം അവരോർത്തു. "അറ്റത്തിരുന്നൽപ്പം കൂടി ഒന്നു നോക്കില്ല്യല്ലോ. പിന്നെ ഒരു ചിരി. ചെറിയ ഒരു പുഞ്ചിരി. പേടിക്കേണ്ട ആരുമല്ല, ചങ്ങാതിയാണെന്ന് അപ്പോ എനിക്ക് ബോധ്യമായി.

പ്രകൃതി സൗന്ദര്യവും പച്ചപ്പും ഹൃദയവിശുദ്ധിയുടെ നൈർമല്യവും ഉടനീളമുള്ള മനോഹര ചിത്രമാണ് *ഒരു ചെറുപുഞ്ചിരി.* മരങ്ങളേയും പക്ഷിലതാദികളേയും സ്നേഹിക്കുന്ന കൃഷ്ണക്കുറുപ്പ് ഒരു നല്ല കൃഷിക്കാരനും കൂടിയാണ്. അടുക്കളപ്പണിയിലും മിടുക്കനായ കുറുപ്പിന് നല്ലൊരു അടുക്കളത്തോട്ടവുമുണ്ട്. കൃഷ്ണക്കുറുപ്പ് എന്ന കഥാപാത്രത്തിനു പറ്റിയ ശരീരഘടനയും ഭാവഹാവാദികളും വേണ്ടുവോളം ഒടുവിലിനുണ്ട്. കൃഷ്ണക്കുറുപ്പ് എന്ന കഥാപാത്രമായി ഒടുവിൽ അഭിനയിക്കുകയല്ല ജീവിക്കുക തന്നെയായിരുന്നുവെന്നു പറയാം. ഉപ്പുമാങ്ങ പാകമായോ എന്നു നോക്കാനായി കുറുപ്പ് കോണിവച്ച് തട്ടിൻപുറത്തു കയറി. കോണി മാറ്റി വച്ച് അമ്മാളുഅമ്മ മൂളിപ്പാട്ടും പാടി തേങ്ങ ചിരകുന്നു. നാളികേരം ചിരകുമ്പോൾ അടുത്തുണ്ടായാൽ മൂപ്പര് മുഴുവൻ നുള്ളിപ്പെറുക്കിത്തിന്നും. രാത്രിയായാൽ വയറുകടി തുടങ്ങും. പിന്നെ ആർക്കാ ബുദ്ധിമുട്ട്. അതുകൊണ്ടു അമ്മാളുഅമ്മ കോണി മാറ്റി വച്ചു. കുറുപ്പ് ഉപ്പുമാങ്ങാ ഭരണിയുമായി ഇറങ്ങാൻ നോക്കുമ്പോൾ കോണിയില്ല. കുറുപ്പ് ലഹളകൂട്ടാൻ തുടങ്ങി. "ഞാനിവിടെ നിന്ന് ഇറങ്ങി വന്നാൽ ഇന്നെന്റെ കയ്യോണ്ട് നിന്റെ കഥ കഴിയും." എന്നാൽ ഇറങ്ങിവന്നതും അരച്ചുകലക്കി പാത്രത്തിൽ ഇളക്കിക്കൊണ്ടു നിൽക്കുന്ന അമ്മാളുവിന്റെ അടുത്തെത്തി വിരലിട്ടതൊന്നു രുചിച്ചതും ദേഷ്യം പമ്പ കടന്നു. ഇത്തരം നിരവധി മനോഹര ദൃശ്യങ്ങൾകൊണ്ട് സമ്പന്നമാണ് *ഒരു ചെറുപുഞ്ചിരി.*

അയൽക്കാരിയായ ജാനുവിന്റെ മകൾ മാലതിയുടെ വിവാഹത്തിന് ആദ്യാവസാനക്കാരനായി കുറുപ്പുണ്ടായിരുന്നു. കല്യാണദിവസം വൈകുന്നേരം എല്ലാ വിഭവങ്ങളും ജാനു കുറുപ്പിന്റെ വീട്ടിലെത്തിച്ചു. പാൽപ്പായസവും അടപ്രഥമനും ആവോളം ആസ്വദിച്ചു കഴിച്ച് ഉറങ്ങാൻ കിടന്ന കുറുപ്പ് പിന്നീട് ഉണർന്നില്ല. ഒരു കഷ്ടപ്പാടും കൂടാതെ യാത്രയായി. അമ്മയെ കുട്ടികൾ അവരുടെ കൂടെ ചെല്ലാൻ നിർബന്ധിച്ചു.

"ഞാനെവിടേക്കും ഇല്ല. അച്ഛനിപ്പോഴും ഈ ചുറ്റുവട്ടത്തൊക്കെയുണ്ടാവും. എനിക്കൊരു ബുദ്ധിമുട്ടും വരില്ല കുട്ട്യോളേ.' അമ്മാളുഅമ്മ പറഞ്ഞു. മനോഹരമായ ഒരു പ്രമേയത്തിന്റെ ഭാവപ്രപഞ്ചം ഒരു അനുഭൂതിയാക്കി പ്രേക്ഷകരിൽ നിറയ്ക്കാൻ ഒടുവിലിന്റെ കൃഷ്ണക്കുറിപ്പിന് ഈ സിനിമയിലൂടെ കഴിഞ്ഞുവെന്ന് നിസ്സംശയം പറയാം.

നിഴൽക്കുത്ത്: കാളിയപ്പൻ (ആരാച്ചാർ)

മലയാള സിനിമാ ചരിത്രത്തിലെ നാഴികക്കല്ലുകളായി മാറിയ സിനിമകൾ കാഴ്ചവച്ച അടൂർ ഗോപാലകൃഷ്ണന്റെ പ്രശസ്ത സിനിമകളിൽ ഒന്നാണ് *നിഴൽക്കുത്ത്*. ലോകസിനിമയ്ക്കു മലയാളസിനിമ നൽകിയ

നിഴൽക്കൂത്തിൽ കാളിയപ്പൻ എന്ന ആരാച്ചാർ

സംഭാവനകളിൽ നിഴൽക്കൂത്തും സ്ഥാനം പിടിച്ചിട്ടുണ്ട്. ഇന്ത്യൻ സ്വാതന്ത്ര്യത്തിനും മുൻപ് 1940 കളിലെ തിരുവിതാംകൂർ രാജഭരണത്തിന്റെ ചരിത്ര പശ്ചാത്തലത്തിലാണ് *നിഴൽക്കൂത്ത്* നടക്കുന്നത്. ഇന്ത്യയിലെ മറ്റു നാട്ടു രാജ്യങ്ങളിലെപ്പോലെ തിരുവിതാംകൂറിലും അക്കാലത്ത് തൂക്കിക്കൊല നിലനിന്നിരുന്നു. ഈ തൂക്കിക്കൊല നടപ്പിലാക്കാനായി സ്വന്തമായി ഒരു ആരാച്ചാരും ആ അവകാശം നിലനിന്നുവരുന്ന ഒരു കുടുംബവും തിരുവിതാംകൂറിൽ ഉണ്ടായിരുന്നു.

ഒടുവിൽ ഉണ്ണികൃഷ്ണൻ വേഷമിട്ട, കാളിയപ്പൻ എന്ന ആരാച്ചാരുടെ മനസിലേക്ക് വെളിച്ചം വീശുന്നതും ആരാച്ചാരുടെ മാനസിക സംഘർഷങ്ങൾ തീവ്രമായി അവതരിപ്പിക്കുകയും ചെയ്യുന്ന ശക്തമായ സിനിമയാണ് അടൂരിന്റെ *നിഴൽക്കുത്ത്*. ലോകസിനിമയുടെ ഭൂപടത്തിൽ *നിഴൽക്കൂത്ത്* സ്ഥാനം നേടിയപ്പോൾ, അതിലെ മുഖ്യപാത്രത്തെ അനുഭവ തീവ്രമായി അവതരിപ്പിച്ച ഒടുവിൽ ഉണ്ണികൃഷ്ണനും വിശ്വ സിനിമയുടെ ചക്രവാളത്തിൽ സ്ഥാനം ഉറപ്പിച്ചു.

രാജകുടുംബത്തിന്റെ ആനുകൂല്യങ്ങളും, ഉപഹാരങ്ങളും വേണ്ടുവോളം കൈപ്പറ്റിയാണ് ആരാച്ചാർ തന്റെ കർത്തവ്യം നിർവഹിച്ചിരുന്നത്. സമൂഹത്തിൽനിന്നും ഒറ്റപ്പെട്ടു കഴിയുന്ന ആരാച്ചാർക്കും കുടുംബത്തിനും ഗ്രാമീണർ പലേ ദിവ്യത്വവും കൽപ്പിച്ചിരുന്നു. തൂക്കുകയറിൽ നിന്നുള്ള ചാരം ദിവ്യ ഔഷധമായാണ് അവർ കരുതിയിരുന്നത്. എങ്കിലും കുറ്റബോധം ആരാച്ചാരെ വിടാതെ വേട്ടയാടിക്കൊണ്ടിരുന്നു.

കാളിയപ്പൻ എന്ന കഥാപാത്രത്തിലേയ്ക്കുള്ള ഒടുവിലിന്റെ ഭാവപ്പകർച്ച അസൂയാവഹമായിരുന്നു. അനിതരസാധാരണമായ തന്മയത്വത്തോടെയാണ് ഒടുവിൽ കാളിയപ്പനെ അവതരിപ്പിച്ചത്.

താൻ അവസാനമായി തൂക്കിലേറ്റിയത്, നിരപരാധിയായ ഒരു മനുഷ്യനെയായിരുന്നുവെന്ന് അറിയുന്ന കാളിയപ്പൻ ജീവിതകാലം മുഴുവൻ ആ വേദനയും പേറിയാണ് കഴിയുന്നത്. തൂക്കിലേറ്റപ്പെടുന്നവന്റെ ശാപം ഏറ്റു വാങ്ങുന്നത് ആരാച്ചാരല്ലാതെ മറ്റാരാണ്? നീതിന്യായ വ്യവസ്ഥയും രാജാവും ഈ ശാപത്തിൽ നിന്നും മുക്തി നേടുന്നുവോ? തൂക്കിക്കൊല നടന്നു കഴിയുമ്പോളായിരിക്കും കുറ്റവാളിയെ കൊലക്കുറ്റത്തിൽ നിന്നു മുക്തനാക്കിക്കൊണ്ടുള്ള രാജകൽപ്പന എത്തുന്നത്. എങ്കിലും രാജാവിനു ശാപത്തിൽ നിന്നും മോചനം ലഭിക്കുകയല്ലെ? എന്നാൽ കാളിയപ്പൻ മുഴുവൻ പാപഭാരവും തലയിലേറ്റി കുറ്റബോധത്താൽ വെന്തു നീറുന്നു.

സൂക്ഷ്മാഭിനയത്തിന്റെ ഉത്തമ ഉദാഹരണങ്ങൾ നമുക്കു സമ്മാനിച്ച കാളിയപ്പൻ മലയാള സിനിമാ ചരിത്രത്തിലേയും ഒടുവിലിന്റെ അഭിനയ ജീവിതത്തിലേയും അവിസ്മരണീയമായ നാഴികക്കല്ലാണ്.

അംഗീകാരങ്ങളുടെ നിറവ്

ഒടുവിൽ ഉണ്ണികൃഷ്ണൻ എന്ന നടന്റെ അപാരമായ അഭിനയ സന്ദർഭങ്ങളുടെ സാക്ഷ്യങ്ങളായ കുറെ കഥാപാത്രങ്ങളെ നാം കണ്ടു കഴിഞ്ഞു. പ്രേക്ഷക ഹൃദയങ്ങളിൽ എന്നും ജീവിക്കുന്ന ഈ കഥാപാത്രങ്ങളെ അവതരിപ്പിക്കുക വഴി, അനശ്വരനായ നടൻ എന്ന അംഗീകാരം പ്രേക്ഷക ലോകം ഒടുവിലിനു സമ്മാനിച്ചു. ഏതൊരു അവാർഡിനോ, പുരസ്കാരത്തിനോ നൽകാൻ കഴിയുന്നതിലും, എത്രയോ വലിയ പ്രേക്ഷക അംഗീകരാം ഒടുവിൽ തന്റെ അഭിനയ പാടവം കൊണ്ട് നേടിയിരുന്നു.

മൂന്നു സംസ്ഥാന അവാർഡുകളടക്കം ചെറുതും വലുതുമായ നിരവധി പുരസ്കാരങ്ങൾ ഒടുവിൽ ഉണ്ണികൃഷ്ണൻ എന്ന നടനെ തേടിയെത്തുകയുണ്ടായി. ശ്രീ. അടൂർ ഗോപാലകൃഷ്ണന്റെ *കഥാപുരുഷ*നിലെ അഭിനയത്തിനാണ് ആദ്യത്തെ സംസ്ഥാന അവാർഡ് ലഭിച്ചത്. 1995 ലെ മികച്ച സഹനടനുള്ള കേരള സംസ്ഥാന അവാർഡിന് ഒടുവിൽ ഉണ്ണികൃഷ്ണനെ അർഹനാക്കിയത് കഥാപുരുഷനിലെ പാച്ചുപിള്ള എന്ന കഥാപാത്രത്തെ അവിസ്മരണീയമാക്കിയതിനാണ്. ആനക്കാരനായ പാച്ചുപിള്ള എന്ന കഥാപാത്രത്തെ തന്മയത്വത്തോടെ അവതരിപ്പിക്കാൻ ഒടുവിലിനു കഴിഞ്ഞു. 1938 മുതൽ 1980 വരെയുള്ള കേരളീയ സാമൂഹിക – രാഷ്ട്രീയ ചരിത്രത്തിലൂടെയുള്ള ഒരു സഞ്ചാരമാണ് കഥാപുരുഷൻ. 1995 ലെ ഏറ്റവും മികച്ച ചിത്രത്തിനുള്ള ദേശീയ പുരസ്കാരത്തിനും അർഹമായ ഈ അടൂർ ചിത്രത്തിലെ ശ്രദ്ധേയമായ വേഷം ഒടുവിലിന് ഏറെ പ്രശസ്തിയും അംഗീകാരങ്ങളും നേടിക്കൊടുത്തു.

തങ്ങളുടെ പ്രിയപ്പെട്ട ഉണ്ണ്യേട്ടന് ആദ്യമായി സംസ്ഥാന അവാർഡു ലഭിച്ചപ്പോൾ അത് കേരളശ്ശേരിക്കാർക്ക് ഒരു ഉത്സവമായിരുന്നു. ഒടുവിൽ

കഥാപുരുഷനിൽ കെ പി എ സി ലളിതയ്ക്കൊപ്പം

ഉണ്ണികൃഷ്ണനെ അനുമോദിക്കുന്നതിനും ആദരിക്കുന്നതിനുമായി അന്ന് കേരളശ്ശേരി മുഴുവൻ ഒന്നിച്ച് ഉണ്ടായിരുന്നു. മലയാള സിനിമയെ ലോക നിലവാരത്തിലേക്കുയർത്തിയ വിശ്വപ്രസിദ്ധനായ അടൂർ ഗോപാലകൃ ഷ്ണൻ ഉൾപ്പെടെയുള്ളവർ അന്നു കേരളശ്ശേരിയിലെത്തി. സത്യൻ അന്തിക്കാട്, ലോഹിതദാസ് തുടങ്ങി മലയാളത്തിലെ പ്രശസ്ത സംവി ധായകരും നടീനടന്മാരും ഒടുവിലിനെ അനുമോദിക്കാനെത്തിയിരുന്നു.

ശ്രീ. അടൂർ ഗോപാകൃഷ്ണൻ ഒടുവിൽ ഉണ്ണികൃഷ്ണനെ കുറിച്ച് പറഞ്ഞവാക്കുകൾ. ഇതാ:– "ഒരു നടനെ സംബന്ധിച്ചിടത്തോളം താൻ ജനിച്ചു ജീവിച്ച സ്ഥലത്തെ രീതികൾ മാത്രമല്ല, അയാളെ സംബന്ധിച്ചി ടത്തത്തോളം മറ്റു പരിതസ്ഥിതികളായിട്ടും ജീവിതരീതികളായിട്ടും അതിന്റെ നിരീക്ഷണത്തിലൂടെ, സൂക്ഷ്മമായ അന്വേഷണ അറിവുകളി ലൂടെ നടത്തുന്ന കഥാപാത്ര ആവിഷ്ക്കരണം – അതാണ് ഒരു നടന്റെ യോഗ്യതാ പരീക്ഷ. അതിൽ അസാമാന്യമായ പാടവം തെളിയിച്ചിട്ടുള്ള ആളാണ് ഒടുവിൽ ഉണ്ണികൃഷ്ണൻ. ഒന്നാംതരം നടൻ മാത്രമല്ല, വളരെ സ്നേഹമുള്ള വളരെ നിഷ്കളങ്കനായ മനുഷ്യനാണ് അദ്ദേഹം...." ലോക സിനിമയ്ക്ക് മലയാളം സംഭാവന ചെയ്ത അതുല്യസംവിധായകൻ അടൂ രിന്റെ ഈ വാക്കുകൾ ഒരു നടനു ലഭിക്കാവുന്ന വലിയ അംഗീകാരങ്ങ ളിൽ ഒന്നുതന്നെയാണ്.

തുടർച്ചയായ രണ്ടാംവർഷവും മികച്ച സഹനടനുള്ള സംസ്ഥാന അവാർഡ് ലഭിക്കുക എന്ന അപൂർവ ബഹുമതിക്കും ഒടുവിൽ അർഹ നായിട്ടുണ്ട്. 1996 ലെ മികച്ച സഹനടനുള്ള അവാർഡ് *തൂവൽക്കൊട്ടാര* ത്തിലെ അഭിനയത്തിന് ഒടുവിൽ ഉണ്ണികൃഷ്ണന് ലഭിക്കുകയുണ്ടായി.

ഒടുവിൽ: മായാത്ത ഭാവങ്ങൾ
ഇ ജയചന്ദ്രൻ 65

സത്യൻ അന്തിക്കാടിന്റെ *തൂവൽക്കൊട്ടാരത്തി*ലെ അച്യുതമാരാരെ അനശ്വരനാക്കിയതിനായിരുന്നു ഇത്തവണ സംസ്ഥാന അവാർഡ്.

എന്നും നല്ല സിനിമയുടെ പക്ഷക്കാരനായിരുന്നു ഒടുവിൽ ഉണ്ണികൃഷ്ണൻ. ജനപ്രിയസിനിമകളിലെ പതിവുവേഷങ്ങളിൽപ്പോലും. ഒടുവിൽസ്പർശം പുതിയജീവൻ നിറച്ചു. ഒടുവിൽ ഉണ്ണികൃഷ്ണൻ എന്ന നടന്റെ അഭിനയ ശേഷിയുടെ അചുംബിതമാനങ്ങൾ എം ടി അടൂർഗോപാലകൃഷ്ണൻ തുടങ്ങി ഗൗരവമുള്ള സിനിമാകാരന്മാരേയും ഈ നടനിലേക്ക് ആകർഷിച്ചു. *ഒരു ചെറുപുഞ്ചിരി, കഥാപുരുഷൻ, നിഴൽക്കുത്ത്* തുടങ്ങിയ ചിത്രങ്ങൾ ഇതിനുദാഹരണമാണ്. അടൂരിന്റെ കഥാപുരുഷനിലെ അഭിനയത്തിലാണ് ആദ്യമായി മികച്ച സഹനടനുള്ള സംസ്ഥാന അവാർഡ് ലഭിച്ചതെങ്കിൽ മികച്ച നടനുള്ള അവാർഡ് ലഭിച്ചതും അടൂരിന്റെ ചിത്രത്തിലെ അഭിനയത്തിനായിരുന്നു.

2002 ൽ പുറത്തിറങ്ങിയ അടൂർ ഗോപാലകൃഷ്ണന്റെ *നിഴൽക്കുത്തി*ലെ ആരാച്ചാർ, കാളിയപ്പന്റെ വേഷം ആ വർഷത്തെ സംസ്ഥാന സർക്കാരിന്റെ മികച്ച നടനുള്ള പുരസ്കാരം ഉണ്ണികൃഷ്ണന് നേടിക്കൊടുത്തു. *നിഴൽക്കുത്തി*ലെ മികച്ച അഭിനയത്തിന് ദേശീയ അവാർഡിനുള്ള അന്തിമ പരിഗണനയിൽ പരിഗണിക്കപ്പെട്ടിരുന്ന ഒടുവിൽ അവസാന നിമിഷത്തിൽ മാറ്റപ്പെടുകയായിരുന്നു. ദേശീയ അവാർഡുനിർണയത്തിൽ നടന്ന കളികൾ അന്നു പത്രമാധ്യമങ്ങൾ തുറന്നു എഴുതിയിരുന്നു. ഇന്ത്യയിലെ ഏറ്റവും മികച്ച നടനുള്ള ദേശീയ അവാർഡ് അവസാനനിമിഷം ലഭിക്കാതെപോയെങ്കിലും ഒടുവിൽ ഉണ്ണികൃഷ്ണനെന്ന നടൻ ആ ദേശീയ അംഗീകാരത്തോളം എന്നോ വളർന്നു കഴിഞ്ഞിരുന്നു.

ഒടുവിൽ ഉണ്ണികൃഷ്ണൻ ജീവിക്കുകയാണോ അതോ അഭിനയിക്കുകയാണോ എന്ന് തിരിച്ചറിയാനാകാത്തവിധം സ്വാഭാവികമായ ഷോട്ടുകളാൽ സമ്പന്നമാണ് *നിഴൽക്കുത്ത്*. ശ്രീ. നെടുമുടിവേണു പറഞ്ഞത്: "*നിഴൽക്കുത്തി*ന് അവാർഡ് ലഭിച്ചപ്പോൾ ഒടുവിൽ ഉണ്ണികൃഷ്ണനോടു പറയുമായിരുന്നുവത്രെ; ഒടുവിൽ അറിയാതെ അടൂർ എടുത്ത ഷോട്ടുകൾക്കു കൂടിയാണ് ഈ അവാർഡ് ലഭിച്ചതെന്ന്. വളരെ ഒഴിഞ്ഞ ഒരു ലൊക്കേഷനിലായിരുന്നു *നിഴൽക്കുത്ത്* ഷൂട്ടിംഗ് എന്നതിനാൽ ഭക്ഷണം പുറത്തുനിന്നും അവിടെ കൊണ്ടു വരുകയായിരുന്നു. അപ്പോൾ ഭക്ഷണം വരുന്നത് കാത്ത് വിശന്നിരിക്കുന്ന ഒടുവിൽ, അതുപോലെ പ്രാഥമിക കാര്യങ്ങൾ നിർവഹിക്കാൻ സൗകര്യമില്ലാതിരുന്നതിനാൽ കുറ്റിച്ചെടികൾക്കിടയിൽ ഇരിക്കുമ്പോൾ മുഖം മാത്രം പുറത്തുകാണുന്ന രംഗം ഇതെല്ലാം കളിയായി ഒടുവിലിനോട് പറയുമായിരുന്നു."

നൂറുശതമാനവും മലയാളിയായ ഒരു നാടകനടനായിരുന്നു ഒടുവിൽ ഉണ്ണികൃഷ്ണൻ. *പഞ്ചായത്ത് പ്രസിഡന്റ്, അമ്പലവാസി, കല്യാണബ്രോക്കർ, പള്ളീലച്ചൻ* തുടങ്ങി നമ്മുടെ നാട്ടിൻപുറത്തു കാണാറുള്ള സാധാരണ കഥാപാത്രങ്ങളെ എത്ര തന്മയത്വത്തോടെയാണ് ഒടുവിൽ ഉണ്ണികൃഷ്ണൻ അനശ്വരമാക്കിയത് എന്നതിനു കണക്കില്ല. നമ്മുടെ സിനിമ

യിൽ അച്ഛന്മാർ കുറെ ഉണ്ടെങ്കിലും ഒടുവിലിന്റെ അച്ഛൻ വേറെയാണ്. അതുപോലെ അമ്മാവന്മാർ നമുക്കു ഏറെ ഉണ്ടാകും. എന്നാൽ ഒടുവിലിന്റെ അമ്മാവൻ വേറെയാണ്. ഇങ്ങനെ അവതരിപ്പിച്ച ഓരോ വേഷവും പകരം വക്കാൻ ആളില്ലാത്തവിധം വ്യത്യസ്തമാക്കിയ നടനാണ് ഒടുവിൽ ഉണ്ണികൃഷ്ണനെന്നാണ് പ്രശസ്തനടനായ ശ്രീ. ജഗദീഷിന്റെ അഭിപ്രായം.

സംസ്ഥാന ബഹുമതികൾക്കുപുറമേ നിരവധി പുരസ്കാരങ്ങളും ഒടുവിലിനെ തേടിയെത്തുകയുണ്ടായി. അല അവാർഡ്, ഫിലിംഫെയർ അവാർഡുകൾ തുടങ്ങിയവ ഇതിൽ ചിലതാണ്. സമാനതകൾ ഏറെയില്ലാത്ത, അനന്യമായ അഭിനയസിദ്ധിയുടെ ആവിഷ്കാരങ്ങളായ ഒടുവിൽ കഥാപാത്രങ്ങൾക്ക് അവ അർഹിക്കുന്ന അംഗീകാരം ലഭിച്ചുവോ എന്നത് യാതൊരു തരത്തിലും ഒടുവിൽ ഉണ്ണികൃഷ്ണനെന്ന വ്യക്തിയേയോ നടനേയോ അലട്ടിയിരുന്നില്ല. നിറഞ്ഞ സംതൃപ്തിയോടെയായിരുന്നു ഒടുവിലിന്റെ ജീവിതം.

ആദ്യ സംസ്ഥാന അവാർഡ് ലഭിച്ചപ്പോൾ ഒടുവിലിനോട് ശ്രീ. പദ്മകുമാർ ഈ സംസ്ഥാന അവാർഡ് ലഭിച്ചാൽ അതിന്റെ പ്രത്യേകത എന്താണ് ഉണ്ണ്യേട്ടാ, എന്നു ചോദിക്കുകയുണ്ടായി. പദ്മകുമാറിനു കൊടുത്ത മറുപടി ഇതായിരുന്നു. "ഇതിനു വല്യ പ്രത്യേകതകളൊന്നും ഇല്ല. പിന്നെ നമ്മൾ ഇപ്പോൾ ഈ സംസ്ഥാനത്തിന്റെയായി എന്നാണ് വയ്പ്. മാത്രമല്ല, മരിക്കുമ്പോൾ ആകാശത്തേക്ക് വെടിയൊക്കെ വയ്ക്കും, അത്ര തന്നെ."

ഒടുവിൽ താൻ അണിഞ്ഞവേഷങ്ങൾക്കെല്ലാം അപൂർവമായ ഭാവം പകർന്ന് ഒടുവിൽസ്പർശം കൊണ്ട് ജീവൻ നിറച്ച മഹാനായ നടനാണ് ഒടുവിൽ. ഏതൊരു അംഗീകാരമോ അവാർഡോ ലഭിച്ചാലും എപ്പോഴും അതിനും അപ്പുറത്താണ് ഒടുവിൽ എന്ന നടൻ എന്ന് അദ്ദേഹത്തിന്റെ അഭിനയപാടവം നമ്മെ ഓർമിപ്പിച്ചു കൊണ്ടിരിക്കും.

സ്വതഃസിദ്ധമായ ഹാസ്യം

മലയാള നാടകവേദി കണ്ട ഏറ്റവും വലിയ നടന്മാരിലൊരാളായ തോപ്പിൽ കൃഷ്ണപിള്ളയായിരുന്നുവല്ലോ ഒടുവിൽ ഉണ്ണികൃഷ്ണനെ കെ പി എ സിയിൽ എത്തിച്ചത്. കെ പി എ സിയുടെ നാടകങ്ങളിലും ഹാസ്യ കഥാപാത്രങ്ങളെ അവതരിപ്പിക്കാനുള്ള അവസരം ഒടുവിലിനു ലഭിച്ചു. കെ പി എ സിയിൽ ഒടുവിൽ അവതരിപ്പിച്ച കഥാപാത്രങ്ങളും തുടർന്നുള്ള ആദ്യകാല സിനിമകളും വിലയിരുത്തി ഒന്നാന്തരമൊരു ഹാസ്യനടനാണ് ഒടുവിൽ ഉണ്ണികൃഷ്ണൻ എന്നു തോപ്പിൽ കൃഷ്ണ പിള്ള പറഞ്ഞിട്ടുണ്ട്.

നല്ല ഹാസ്യബോധമുള്ള നടനായിരുന്നു ഒടുവിൽ ഉണ്ണികൃഷ്ണൻ. അതിനുചേർന്ന ശരീരഭാഷയും അദ്ദേഹത്തിനുണ്ടായിരുന്നു. ഹാസ്യ ത്തിനു മുൻതൂക്കമുള്ള കഥാപാത്രങ്ങളാണ് അദ്ദേഹം ഏറെയും ആദ്യ കാലങ്ങളിൽ അവതരിപ്പിച്ചത്. ഈ വേഷങ്ങളിലൂടെ ഒടുവിൽ കാഴ്ച വെച്ച ശുദ്ധനർമത്തിന്റെ നറുംമധുരം ഇന്നും നമുക്കു നുണയാം.

തുടർച്ചയായി ഹാസ്യകഥാപാത്രങ്ങളെ അവതരിപ്പിച്ചുവെങ്കിലും ഒരേ തരത്തിലേക്ക് മാറി ആവർത്തന വിരസങ്ങളായില്ല ഒടുവിലിന്റെ അഭി നയം എന്നതു ശ്രദ്ധേയമാണ്. ഹാസ്യത്തിലും ഒരു വൈവിധ്യം നില നിർത്താൻ ഒടുവിൽ ഉണ്ണികൃഷ്ണനു കഴിഞ്ഞു. ഒരുനോട്ടം, ഒരുചിരി, ചില ആംഗ്യവിക്ഷേപങ്ങൾ ഇങ്ങനെ ചെറിയ ചലനങ്ങളിലൂടെ തന്നെ ഒടുവിലിന് സന്ദർഭത്തിനനുയോജ്യമായ ഭാവം ജനിപ്പിക്കാൻ കഴിഞ്ഞി രുന്നു.

ഹാസ്യകഥാപാത്രങ്ങളെ അവതരിപ്പിച്ച് വിജയിച്ച ഒടുവിൽ ഉണ്ണി കൃഷ്ണൻ അതേ തന്മയത്വത്തോടെ ഗൗരവമുള്ള വേഷങ്ങളും കൈ

ബഹദൂർ, ഒടുവിൽ, നാഗേഷ്

കാര്യം ചെയ്തു. ഹാസ്യനടന്മാർ ഗൗരവമുള്ള വേഷം ചെയ്യുമ്പോൾ പലപ്പോഴും അത് പരാജയമാകാറുണ്ട്. എന്നാൽ ഒടുവിലിന്റെ കാര്യത്തിൽ അതുണ്ടായില്ല. ഹാസ്യനടൻ എന്ന നിലയിൽ തുടങ്ങി സ്വഭാവനടന്മാരിൽ തന്നെ ഒന്നാമനാകാൻ അദ്ദേഹത്തിന് കഴിഞ്ഞു. ഹാസ്യനടനായി ചലച്ചിത്രലോകത്തെത്തി പിന്നീട് എല്ലാത്തരം വേഷങ്ങളും കൈകാര്യം ചെയ്തതിനെക്കുറിച്ച് ഒടുവിൽതന്നെ പറഞ്ഞിട്ടുണ്ട്.

"ചില കോമഡി ആർട്ടിസ്റ്റുകൾ സീരിയസ് വേഷം ചെയ്താലും ആളുകൾ ചിരിക്കും. എന്തോ എന്റെ കാര്യത്തിൽ കാണികൾ അങ്ങനെ ചെയ്യാറില്ല." മാത്രമല്ല ഉള്ളിൽ ഹാസ്യം ഉള്ളവർക്കേ ഗൗരവമാകാനും പറ്റൂവെന്നും ഒടുവിലിന് അഭിപ്രായമുണ്ടായിരുന്നു.

ഒടുവിലിനു നർമം ജന്മസിദ്ധമായിരുന്നു. അത്രമേൽ സ്വാഭാവികമായിട്ടായിരുന്നു അദ്ദേഹത്തിന്റ ഫലിതം. ഫലിതം പറയാൻ അറിയാത്തവരും അത് ആസ്വദിക്കാൻ അറിയാത്തവരും തീർച്ചയായും അരസികന്മാരാണ്. എന്നാൽ ഒടുവിൽ ഉണ്ണികൃഷ്ണൻ തികച്ചും ഒരു രസികനായിരുന്നു. ഫലിതം പ്രയോഗിക്കാനും ആസ്വദിക്കാനും കഴിയുന്ന രസികൻ. ഈ രസികത്തമാണ് ജീവിതത്തെ പുഞ്ചിരിയോടെ നേരിടാനും പലപ്പോഴും പ്രയാസങ്ങളിൽനിന്നും കരകയറാനും ഒടുവിലിനെ സഹായിച്ചത്.

നാടകത്തിലൂടെ സിനിമയിൽ എത്തിയ അഭിനേതാക്കൾ എല്ലാവരും, ഒരു പക്ഷേ പത്രറിപ്പോർട്ടർമാരിൽനിന്നും കേട്ടിട്ടുള്ള ഒരു ചോദ്യമായിരിക്കും "നാടകത്തിലേയും സിനിമയിലേയും അഭിനയം തമ്മിലുള്ള

വ്യത്യാസം എന്താണ് എന്നത്.” ഒടുവിൽ ഉണ്ണികൃഷ്ണനും ഈ ചോദ്യത്തിന് പലതവണ മറുപടി പറയേണ്ടിവന്നിട്ടുണ്ട്. ഒരിക്കൽ ഒരു പത്രപ്രവർത്തകൻ ഇതേ ചോദ്യം ഒരു ലൊക്കേഷനിൽവെച്ച് ആവർത്തിച്ചു. ഒടുവിൽ ഉടനെ മറുപടി കൊടുത്തു. “അത് പിന്നെ വളരെ വ്യത്യാസംണ്ട്. ഈ സിനിമയാകുമ്പോ അതിരാവിലെ നേരത്തെ എണീറ്റ് ലൊക്കേഷനിൽ പോണം. എന്നാ നാടകമാകുമ്പോൾ വൈകുന്നേരം നാടകത്തിന്റെ നേരാവുമ്പോ അങ്ങ്ട് എത്ത്യാമതി. അതുതന്നെ വലിയ വ്യത്യാസം.” ഈ മറുപടി കിട്ടിയപ്പോൾ ചോദ്യകർത്താവിന് സംതൃപ്തിയായി. അയാൾ അതേപടി കുറിച്ചെടുക്കുകയും ഉണ്ടായത്രെ!

മറ്റൊരു അവസരത്തിൽ സഹപ്രവർത്തകരുമായുള്ള വർത്തമാനങ്ങൾക്കിടയിൽ ഒടുവിൽ തൃപ്പൂണിത്തുറയിൽവച്ച് ഒരു ആന ആളെ കുത്തിയ വിവരം പറഞ്ഞു. കുത്തുകൊണ്ടയാളുടെ നെഞ്ചു തുളച്ച് കൊമ്പു പുറത്തുവന്നു.... ഇതുപറഞ്ഞു തീരുമ്പോഴേക്കും കൂടെയുള്ള സുഹൃത്തിന്റെ ചോദ്യം “അയ്യോ എന്നിട്ടയാൾക്ക് എന്തുപറ്റി? ഒടുവിലിന്റെ മറുപടി; “ഓ എന്തുപറ്റിയെന്നോ, അതല്ലെ ഇതിലെ തമാശ, അയാളാണിന്ന് നമ്മുടെ കോട്ടയം കളക്ടർ!” ആനയുടെ കുത്തേറ്റ് നെഞ്ചുപിളർന്നയാൾക്ക് എന്തുപറ്റി എന്ന ചോദ്യത്തിനുള്ള അർഹിക്കുന്ന മറുപടി.

ശ്രീമതി കെ പി എ സി ലളിത ഇപ്പോഴും ഓർക്കുന്ന ഒരു സന്ദർഭമുണ്ട്. കെ പി എ സി ലളിതയുടെ വിവാഹത്തിനൊക്കെ വളരെ മുൻപ്, അന്ന് ഒടുവിൽ ഉണ്ണികൃഷ്ണനും ലളിതയുമെല്ലാം മദ്രാസിലാണ് താമസം. അധികം സിനിമകളൊന്നുമില്ല, സാമ്പത്തികസ്ഥിതി ഏറെ പരുങ്ങലിൽ. ഈ ദിവസങ്ങളിലാണ് ഒടുവിൽ ഉണ്ണികൃഷ്ണൻ താൻ അച്ഛനായ വിവരം അറിയുന്നത്. ആദ്യത്തെ കൺമണിയെ ഒന്നു കാണണം. കൈയ്യിൽ പൈസയൊന്നും ഇല്ല. ഒടുവിൽ നേരെ കെ പി എ സി ലളിതയുടെ വീട്ടിൽച്ചെന്നു. വിവരം പറഞ്ഞു “ഭാര്യ പ്രസവിച്ചു. കുഞ്ഞിനെ കാണാൻ കൊതിയാകുന്നു. ഒരു ഇരുനൂറ്റി അമ്പതുരൂപ തന്നാൽ ഞാൻ പോയി കണ്ടുവരാം” ലളിതയുടെ കൈവശം അപ്പോൾ പണം ഉണ്ടായിരുന്നു. അന്ന് മാർവാഡിയിൽ നിന്നും കടം വാങ്ങിയ പൈസ. എങ്കിലും ലളിത പൈസ കൊടുത്തു. അത്യാവശ്യത്തിനു പണം ഇല്ലാതെ കടം വാങ്ങിയ പൈസയിൽ നിന്നുമാണ് ഇത് തരുന്നത് എന്നറിഞ്ഞ ഒടുവിലിന്റെ അഭിപ്രായം ഇതായിരുന്നു “തൂങ്ങിമരിച്ചവന്റെ കാലിൽ തൂങ്ങിമരിക്കുക എന്ന് കേട്ടിട്ടുണ്ട്. ഇതായി ഇപ്പളത്തെ അവസ്ഥ!” ഈ നിരീക്ഷണമാണ് ശ്രീമതി കെ പി എ സി ലളിത ഇന്നും ഓർക്കുന്നത്.

ഒടുവിലിന്റെ അഭിനയസിദ്ധി പരമാവധി പ്രയോജനപ്പെടുത്തിയിട്ടുള്ള സത്യൻ അന്തിക്കാട് “സൂക്ഷ്മമായ ചലനങ്ങളിലൂടെ, മുക്കലിലൂടെ, മൂളലിലൂടെ ഹാസ്യം ഉണ്ടാക്കിയെടുക്കുക എന്നത് വലിയ കാര്യമാണ് അഥവാ അസാധ്യമായ കാര്യം തന്നെയാണ്” എന്നാണ് ഒടുവിലിന്റെ

അഭിനയത്തെക്കുറിച്ച് പറഞ്ഞിട്ടുള്ളത്. മാത്രമല്ല ആ വ്യക്തിതന്നെ തന്റെ അഭിനയംകൊണ്ട് കണ്ണു നനയിപ്പിക്കുക എന്നതാണ് ഒരു നടന്റെ സിദ്ധിയെന്നും സത്യൻ അന്തിക്കാട് പറയുന്നു.

തന്റെ ഫലിതംകൊണ്ട് മറ്റുള്ളവരെ ചിരിപ്പിക്കുന്ന ഒടുവിൽ താൻ കാരണക്കാരനായും ചിരിക്കു വക നൽകുന്ന ധാരാളം സന്ദർഭങ്ങൾ ഉണ്ടായിട്ടുണ്ട്. ഒരു നാടകസമിതിയുടെ വാർഷികത്തിൽ പങ്കെടുക്കാൻ ഒടുവിലും സംഘവും പോയി. മന്ത്രിയും മേയറും ഉൾപ്പെടെ നിരവധി പേർ പങ്കെടുക്കുന്ന ഒരു പരിപാടി. സത്യൻ അന്തിക്കാടും നെടുമുടി വേണുവും ഒടുവിൽ ഉണ്ണികൃഷ്ണനും സിനിമാ ലൊക്കേഷനിൽനിന്നും ചെന്നു. നിറഞ്ഞ സദസ്സ്, നെടുമുടിയായിരുന്നു ചടങ്ങിന്റെ ഉദ്ഘാടകൻ. അധ്യക്ഷൻ സത്യൻ അന്തിക്കാട്. ഉദ്ഘാടനപ്രസംഗവും അധ്യക്ഷപ്രസംഗവും മറ്റും കഴിഞ്ഞപ്പോൾ ഒടുവിലിന്റെ ഊഴം വന്നു. ആശംസാപ്രസംഗത്തിനായി എഴുന്നേറ്റ ഒടുവിൽ ഉണ്ണികൃഷ്ണനെ കരഘോഷത്തോടെ സദസ്സ് വരവേറ്റു.

ഒടുവിൽ ഉണ്ണികൃഷ്ണൻ സംസാരിച്ചുതുടങ്ങി. "മാന്യരേ, കൊടുങ്ങല്ലൂർ എന്നു കേൾക്കുമ്പോൾ മീനഭരണിയാണ് എനിക്ക് ഓർമ വരാ. കെ എ കൊടുങ്ങല്ലൂർ എന്നു കേൾക്കുമ്പോൾ എന്റെ ഓർമയിൽ ആദ്യം ഓടിയെത്തുക അധികം സംസാരിക്കാത്ത അന്തർമുഖനായ ഒരു വലിയ എഴുത്തുകാരനാണ്. ആ ബഹുമുഖപ്രതിഭ കുറച്ചുകാലം കോഴിക്കോട് ആകാശവാണിയിലുണ്ടായിരുന്നു. അക്കാലത്ത് ആരംഭിച്ചതാണ് ഞങ്ങൾ തമ്മിലുള്ള സൗഹൃദബന്ധം." നെടുമുടി വേണു കണ്ണുകാണിച്ചിട്ടും സത്യൻ അന്തിക്കാട് തോണ്ടിയിട്ടും ഒടുവിൽ നിർത്തിയില്ല, കൊടുങ്ങ

മീശമാധവനിൽ ദിലീപിനൊപ്പം

ല്ലൂരിന്റെ ഗുണഗണങ്ങളെ വാനോളം വാഴ്ത്തിക്കൊണ്ട് പ്രസംഗം തുടർന്നു.

നാടകസമിതിയുടെ വാർഷികത്തിന്റെ ആശംസാപ്രസംഗത്തിൽ മരിച്ചു മൺമറഞ്ഞ കൊടുങ്ങല്ലൂർ എങ്ങനെ കടന്നുവന്നു എന്ന് എത്ര ആലോചിച്ചിട്ടും സത്യൻ അന്തിക്കാടിന് പിടികിട്ടിയില്ല. പക്ഷെ നെടുമുടിവേണുവിന് കാര്യം പിടികിട്ടി. തലേന്നു നടന്ന കെ എ കൊടുങ്ങല്ലൂർ അനുസ്മരണത്തിന്റെ പഴയൊരു നോട്ടീസ് സ്റ്റേജിൽ നിന്നും ഒടുവിലിന് വീണുകിട്ടി. അതുകണ്ട അദ്ദേഹം അവിടെ നടക്കുന്നത് ആ അനുസ്മരണ സമ്മേളനമാണെന്ന വിശ്വാസത്തിലായിരുന്നു അത്രയും തട്ടിവിട്ടത്. അന്തിക്കാടിനു പിന്നെയും സംശയം

"അപ്പോൾ നമ്മൾ പ്രസംഗിച്ചതൊന്നും കേട്ടില്ലേ ഉണ്ണ്യേട്ടൻ?" നെടുമുടി പറഞ്ഞു: പ്രസംഗം കേൾക്കുകയാണെന്ന നാട്യത്തിൽ നല്ല ഉറക്കമായിരുന്നു കക്ഷി."

ജനം പക്ഷെ കൂവിയില്ല. "പ്രബുദ്ധരായ ജനം പ്രസംഗം കേൾക്കുകയല്ല, പ്രിയപ്പെട്ട നടനെ കൺകുളിർക്കെ കാണുകയാണെന്നായിരുന്നു" നെടുമുടി വേണുവിന്റെ വിശ്വാസം.

ഒടുവിലിന്റെ പ്രിയപ്പെട്ട സിഗരറ്റ് ഗോൾഡ് ഫ്ളേക്ക് കിങ്ങ് സൈസാണ്. സിഗരറ്റുവലി ഉപേക്ഷിക്കണമെന്ന് ഡോക്ടർമാർ ഉപദേശിച്ചിട്ടും അത് പൂർണമായി നിർത്താൻ വലിയ ബുദ്ധിമുട്ട്. ഒടുവിൽ പറയും: "പഠിക്കണ കാലത്ത് ദിനേശ് ബീഡീന്നു തൊടങ്ങ്യ ശീലാ. അത്ര പെട്ടന്നൊക്കെ മാറ്റാനൊക്ക്വൊ? ദേഹം കേടാവാതെ നോക്കേം വേണം. വലിയൊട്ടു നിർത്താനും വയ്യ! അതിനു കണ്ടുപിടിച്ച സൂത്രം സിഗരറ്റ് കത്തിച്ച് രണ്ടുമൂന്ന് പുകയെടുത്ത് കളയാന്നുള്ളതാ." ഇതുകണ്ടാൽ കാശിന്റെ ഹുങ്കാണെന്ന് ആളുകൾക്കു തോന്നാം. പക്ഷെ കാരണം ഇതായിരുന്നു. അഞ്ചും പത്തും പായ്ക്കറ്റ് ഒന്നിച്ചുവാങ്ങി സൂക്ഷിക്കുകയും പതിവായിരുന്നു. എന്നിട്ടും ഒരിക്കൽ ലൊക്കേഷനിൽ ചെന്നപ്പോൾ സിഗരറ്റില്ല. താമസിക്കുന്ന ഹോട്ടൽമുറിയിൽവെച്ച് മറന്നു. ഉടനെ പ്രൊഡക്ഷൻ ബോയിയെ വിളിച്ച് പറഞ്ഞു. എവിടെപ്പോയിട്ടായാലും വേണ്ടില്ല്യ; അഞ്ചു പാക്കറ്റ് ഗോൾഡ് ഫ്ളേക്ക് കിംഗ് സൈസ് ഉടനെ എത്തിക്കണം." അരമണിക്കൂറിന് ശേഷം പയ്യൻ ഒരു പായ്ക്കറ്റുമായാണ് തിരിച്ചെത്തിയത്. "അഞ്ചു കിലോമീറ്റർ കാറോടിച്ചു. ഒരു പാക്കറ്റേ കിട്ടീള്ളു സാർ. സ്റ്റോക്കു തീർന്നെന്ന്. ഒടുവിൽ കിട്ടിയതുകൊണ്ട് തൃപ്തിപ്പെട്ടു. വലിക്കാനായി എടുത്ത് സിഗരറ്റ് കൊളുത്താൻ ഭാവിക്കുമ്പോഴാണ് ഒരു കാര്യം ശ്രദ്ധിച്ചത്. കിങ്ങ് സൈസിന്റെ സൈസിൽ ഒരു മാറ്റം. അൽപ്പം നീളക്കുറവ്.

"ഇതെന്താടൊ ഇങ്ങനെ?"

"നാട്ടുമ്പുറമല്ലേ, ഇവിടങ്ങളിൽ വരുന്ന സിഗരറ്റിന്റെ നീളം കുറവായിരിക്കും സർ"

മനോരമയും ഒടുവിലും

"ലോകം മുഴുവൻ വിറ്റഴിക്കുന്ന സിഗരറ്റിന് ഓരോ സ്ഥലത്തും ഓരോ നീളമോ. അതും കിങ്ങ്സൈസിന്?" ഒടുവിൽ സംശയം മറച്ചു വെച്ചില്ല.

പക്ഷെ ഒരുമാസം കഴിഞ്ഞപ്പോഴാണ് തന്റെ സംശയത്തിന്റെ ഉത്തരം കിട്ടിയത്. ഒടുവിലിന്റെ സിഗരറ്റുവലിയുടെ ദൗർബല്യം മനസിലാക്കിയ പ്രൊഡക്ഷൻ ബോയ് ചുണ്ടത്തുനിന്നും സിഗരറ്റ് വീഴുന്നതും കാത്തു നിൽക്കും, അത് എടുക്കാൻ. അങ്ങനെ ശേഖരിക്കുന്ന സിഗരറ്റുകളുടെ കരിഞ്ഞ അറ്റം മുറിച്ചുകളഞ്ഞ് ഒഴിഞ്ഞ പാക്കറ്റിൽ നിറയ്ക്കും. കള്ളി പൊളിഞ്ഞപ്പോൾ കുറ്റമേറ്റുപറഞ്ഞ് പയ്യൻ അടികൊള്ളാതെ രക്ഷപ്പെട്ടു. ഒടുവിലിനും ആശ്വാസം "പോട്ടെ. മറ്റാരും വലിച്ച കുറ്റ്യേല്ലല്ലോ. ഞാൻ തന്നെ ഉപേക്ഷിച്ചതല്ലേ. സാരല്ല്യ!"

അടൂർ ഗോപാലകൃഷ്ണൻ ഒടുവിലിനെക്കുറിച്ച് പറഞ്ഞത് അദ്ദേഹത്തിന്റെ രൂപം ഏറ്റവും കൂടുതൽ ആകർഷിച്ചുവെന്നാണ്. പിന്നെ

ഒടുവിൽ: മായാത്ത ഭാവങ്ങൾ
ഇ ജയചന്ദ്രൻ

ഭാവം... സ്ഥായിയായി നിസ്സംഗഭാവം ഉണ്ടാവുക എന്നത് ഒരു നടന്റെ ലക്ഷണമത്രെ. എങ്കിലെ ആ മുഖത്ത് ഭാവഭേദങ്ങൾ വരുത്താൻ കഴിയുകയുള്ളൂവെന്നാണ് അടൂരിന്റെ അഭിപ്രായം. അങ്ങിനെ സ്ഥായിയായ നിസ്സംഗതകൊണ്ട് വൈവിധ്യമേറിയ ഭാവങ്ങൾ അവതരിപ്പിച്ച് പ്രേക്ഷകരെ ചിരിപ്പിക്കുകയും കരയിക്കുകയും ചെയ്ത മഹാനടനായിരുന്നു ഒടുവിൽ ഉണ്ണികൃഷ്ണൻ.

വിവാഹവും കുടുംബവും

പാലക്കാട് ജില്ലയിലെ പ്രശസ്തമായ തറവാടുകളിൽ ഒന്നായിരുന്നു നല്ലേപ്പിള്ളി അങ്കരാത്ത് തറവാട്. അംഗബലം കൊണ്ടും ധനസ്ഥിതിയിലും മുൻപന്തിയിൽ നിന്നിരുന്ന അങ്കരാത്ത് തറവാട് വീടിന് മുപ്പത് കിടപ്പുമുറികൾ ഉണ്ടായിരുന്നു. മാത്രമല്ല എല്ലാ കിടപ്പു മുറികളോടു ചേർന്നും ടോയ്‌ലറ്റ് സൗകര്യവും അക്കാലത്തേ ഉണ്ടായിരുന്നു. ഭാഗം പിരിഞ്ഞ അങ്കരാത്ത് കുടുംബാംഗങ്ങൾ ഇന്ന് ജില്ലയുടെ പല ഭാഗങ്ങളിലുമായി താമസിക്കുന്നു.

വിവാഹചിത്രം: ഒടുവിൽ ഉണ്ണികൃഷ്ണൻ, പത്മജ

അങ്കരാത്ത് പത്മിനിക്കുട്ടി നേത്യാർക്കും ഭർത്താവ് പടിഞ്ഞാറെ കുന്നത്ത് കടിങ്ങനാട്ടിൽ കുമാരമേനോനും മൂന്നു കുട്ടികളാണ്, രണ്ടു പെണ്ണും ഒരാണും. മൂത്തമകൾ പത്മജ, രണ്ടാമത്തെയാൾ പുഷ്ക്കല പിന്നെ കൃഷ്ണകുമാർ. കുമാരമേനോൻ മിലിട്ടറിയിൽ നേബ് സുബേദാറായി ജോലി ചെയ്യുന്നതിനാൽ കുടുംബം ഇന്ത്യയിലെ പല പ്രദേശങ്ങളിലുമായി ജീവിച്ചു. കുമാരമേനോൻ പത്മിനിക്കുട്ടി ദമ്പതികളുടെ മൂത്തമകൾ പത്മജക്കു വിവാഹപ്രായമായി. മകൾക്ക് അനുയോജ്യമായ ഒരു ബന്ധം ശരിയായി വരണമെന്ന് ഏതു മാതാപിതാക്കളേയും പോലെ അവരും ആഗ്രഹിച്ചു. പത്മജയുടെ കാര്യത്തിൽ അച്ഛനമ്മമാർക്ക് പ്രത്യേകശ്രദ്ധയും പരിഗണനയും ഉണ്ടായിരുന്നു. കാരണം സാധാരണ കുട്ടികളെപ്പോലെയുള്ള മിടുക്കും പ്രാപ്തിയും പത്മജക്ക് അൽപ്പം കുറവായിരുന്നു.

വിവാഹാലോചനകളുടെ ഈ ഘട്ടത്തിൽ പത്മിനി കുട്ടിനേത്യാരുടെ ജ്യേഷ്ഠന്റെ ഭാര്യാസഹോദരി ഒരു ആലോചനയുമായി അവരെ സമീപിച്ചു. വടക്കാഞ്ചേരിയിലാണ് ആ ജ്യേഷ്ഠത്തിയമ്മയുടെ സഹോദരി താമസിച്ചിരുന്നത്. തനിക്കു നല്ലവണ്ണം അറിയാവുന്ന ചെറുപ്പക്കാരനാണ്, വടക്കാഞ്ചേരിയിലെ തന്റെവീട്ടിൽ ഇടക്കെല്ലാം വരാറുണ്ട്. നല്ല തറവാടിയാണ്. ആലോചിച്ചുകൂടെ എന്ന്. അവർ വേഗം സമ്മതംമൂളി.

വടക്കാഞ്ചേരിയിലെ എങ്കക്കാട്ടെ പേരുകേട്ട ഒടുവിൽ തറവാട്ടിലെ ഉണ്ണികൃഷ്ണൻ അങ്ങിനെ പത്മജയെ പെണ്ണുകാണാനായി എത്തി. പത്മിനിക്കുട്ടി നേത്യാരുടെ ജ്യേഷ്ഠൻ വേണുഗോപാല മന്നാടിയാരുടെ നെന്മാറയിലുള്ള വീട്ടിൽവെച്ചായിരുന്നു പെണ്ണുകാണൽ. പത്മജയെ കണ്ടതും ഉണ്ണികൃഷ്ണന് ഇഷ്ടപ്പെട്ടു. തന്നെ ഇഷ്ടപ്പെട്ടുവോ എന്ന് ഉണ്ണികൃഷ്ണൻ പത്മജയോട് ചോദിച്ചു. പത്മജ അതെ എന്നു ഉത്തരം പറഞ്ഞു. പത്മജയുടെ പ്രാപ്തിക്കുറവിനെക്കുറിച്ച് മാതാപിതാക്കൾ സൂചിപ്പിച്ചു. അപ്പോൾ ഉണ്ണികൃഷ്ണൻ പറഞ്ഞു. "എനിക്കു വിരോധം ഇല്ല്യ. ഞാൻ കൊണ്ടു നടത്തിക്കൊള്ളാം." ആ ആത്മവിശ്വാസവും ഉറപ്പും കണ്ടപ്പോൾ കുമാരമേനോനും പത്മിനിക്കുട്ടി അമ്മയ്ക്കും മറിച്ചൊന്നും ചിന്തിക്കാനുണ്ടായിരുന്നില്ല. സസന്തോഷം അവരും വിവാഹത്തിനു സമ്മതിച്ചു. പറയത്തക്ക ഒരു സ്ഥിരവരുമാനമുള്ള ജോലിയൊ ധനസ്ഥിതിയോ ഒന്നും ഉണ്ണികൃഷ്ണന് ഇല്ല എന്നത് പെൺവീട്ടുകാർ കാര്യമാക്കിയില്ല. നല്ല തറവാട്ടിൽനിന്നും സ്വജാതിയിൽപ്പെട്ടൊരാളെ വരനായി ലഭിക്കണമെന്നേ അവർ ആഗ്രഹിച്ചുള്ളൂ.

ഉണ്ണികൃഷ്ണന്റെ വീട്ടുകാർക്ക് ഈ ബന്ധം തന്നെ വേണോ എന്ന കാര്യത്തിൽ സംശയമുണ്ടായിരുന്നു. എന്നാൽ പത്മജയെ കണ്ടതും ഉണ്ണികൃഷ്ണന് ഇഷ്ടപ്പെട്ടു. മാത്രമല്ല പ്രത്യേകിച്ച് ജോലിയൊന്നുമില്ലാതെ നാടകവും തബലയുമൊക്കെയായി കഴിയുന്ന തനിക്ക് ആരു പെണ്ണു തരാനാണ് എന്ന അഭിപ്രായവും അദ്ദേഹത്തിനുണ്ടായിരുന്നു. 1975 ചിങ്ങത്തിലെ മൂലം നാളിൽ കുമാരമേനോന്റെ കേരളശ്ശേരിയിലുള്ള വീട്ടിൽവച്ച്

(ഇപ്പോഴത്തെ അങ്കാരത്ത് വീട്) വിവാഹനിശ്ചയം നടന്നു. പത്മജയുടെ അച്ഛൻ കുമാരമേനോന്റെ തറവാട് ചെർപ്പുളശ്ശേരിയിൽ ആയിരുന്നു. അതുകൊണ്ട് വിവാഹം ചെർപ്പുളശ്ശേരി അയ്യപ്പൻകാവിൽവെച്ച് നടത്താൻ നിശ്ചയിച്ചു. 1975 നവംബർ അഞ്ചാം തീയതി ബുധനാഴ്ച ഒടുവിൽ ഉണ്ണികൃഷ്ണൻ പത്മജയുടെ കഴുത്തിൽ താലിചാർത്തി. വിവാഹശേഷം ഭർത്തൃഗൃഹമായ എങ്കക്കാട്ടേയ്ക്കുപോയി. അന്നേദിവസം വൈകിട്ട് നവദമ്പതികൾ തിരിച്ച് കേരളശ്ശേരിയിലെ അങ്കരാത്തുവീട്ടിൽ വന്നു. കൂടെ ഉണ്ണികൃഷ്ണന്റെ ബന്ധുമിത്രാദികളും ഉണ്ടായിരുന്നു.

വിവാഹംകഴിഞ്ഞ് നാലാംദിവസം ഉണ്ണികൃഷ്ണൻ കട്ടപ്പനയിലേക്കു വണ്ടികയറി. കെ പി എ സിയുടെ *മന്വന്തരം* എന്ന നാടകത്തിൽ അഭിനയിക്കാനായിരുന്നു യാത്ര. പത്തുദിവസം കഴിഞ്ഞ് പിന്നെ തിരിച്ചുവന്നത് ചിറ്റൂരിലെ വീട്ടിലേക്കായിരുന്നു. മിലിട്ടറിയിൽനിന്നും പിരിഞ്ഞുപോന്ന കുമാരമേനോൻ ചിറ്റൂരിൽ ഓട്ടോ മൊബൈൽകട നടത്തിയിരുന്നതിനാൽ കുടുംബമായി കുറച്ചുകാലം ചിറ്റൂരിലാണ് താമസിച്ചിരുന്നത്.

നേരത്തെ പരാമർശിച്ചതുപോലെ *മന്വന്തര*ത്തോടെ കെ പി എ സിയോടു വിടപറഞ്ഞ ഉണ്ണികൃഷ്ണൻ താമസം മദിരാശിയിലേക്കു മാറ്റിയിരുന്നു. ഭാര്യാഗൃഹമായ അങ്കരാത്തെ ഭക്ഷണമൊന്നും ഉണ്ണികൃഷ്ണനു രുചികരമായിരുന്നില്ല. ഗുരുവായൂരപ്പനെ പത്മവ്യൂഹത്തിൽ ആവാഹിച്ചിരുത്തി പൂജചെയ്തിരുന്ന അങ്കരാത്ത് മത്സ്യമാംസാദികൾ നിഷിദ്ധമായിരുന്നു. ഇത് ഉണ്ണികൃഷ്ണനു ബുദ്ധിമുട്ടുണ്ടാക്കിയിരുന്നു. അക്കാലത്തേ പുകവലിയും പിന്നെ അൽപ്പം മദ്യപാനവും ഉണ്ണികൃഷ്ണനുണ്ടായിരുന്നു. ഒരിക്കൽ ഉണ്ണികൃഷ്ണൻ മദ്യപിച്ചിട്ടുണ്ടെന്ന് മനസ്സിലാക്കിയപ്പോൾ പത്മജയുടെ അച്ഛൻ ഉണ്ണികൃഷ്ണനോടു പറഞ്ഞു: "ഇതൊന്നും ഇവിടെ പതിവില്ല, ഇത് ഇവിടെവെച്ചു വേണ്ട." അപ്പോൾ അദ്ദേഹത്തിന്റെ മറുപടി: "ഇല്ല. ഞാൻ ഇവിടെവച്ച് കഴിച്ചിട്ടില്ല. പുറത്തുനിന്നുമാണ് കഴിച്ചത്." എന്നായിരുന്നു.

1977 ഏപ്രിൽ 26 ന് ഉണ്ണികൃഷ്ണൻ പത്മജ ദമ്പതികളുടെ ആദ്യകുട്ടി പിറന്നു. പാലക്കാടുള്ള മാധവിയമ്മയുടെ നഴ്സിംഗ് ഹോമിലായിരുന്നു പ്രസവം. പ്രസവസമയത്ത് ഉണ്ണികൃഷ്ണൻ മദിരാശിയിലായിരുന്നു. പിന്നീട് കുട്ടിയെ കാണാനായി എത്തി. ആ കുട്ടിയാണ് മൂത്തമകൾ പത്മിനി. അമ്മൂമ്മയുടെ ആഗ്രഹപ്രകാരമാണ് പത്മിനി എന്ന പേരിട്ടത്. പത്മിനി ഇപ്പോൾ ഭർത്താവ് ശ്രീകുമാറും ശ്വേത, ശരത്ത് എന്നീ രണ്ടു കുട്ടികളുമായി കഴിയുന്നു. പാലക്കാട്ടെ റെയിൽ നഗറിലെ ശ്രീകുമാർ കുവൈറ്റിൽ ഉദ്യോഗസ്ഥനാണ്.

1979 മെയ് 17 ന് രണ്ടാമത്തെ കുട്ടിയുടെ ജനനം. ആ സമയം ഉണ്ണികൃഷ്ണൻ നാട്ടിൽ ഉണ്ടായിരുന്നു. പ്രസവസമയത്ത് കൂടെ ഉണ്ടായിരുന്ന അദ്ദേഹം രണ്ടാമത്തെ മകളെ കണ്ടശേഷം മദിരാശിയിലേക്കു വണ്ടികയറി. രണ്ടാമത്തേതും പെണ്ണാണെന്നറിഞ്ഞതിൽ ഉണ്ണികൃഷ്ണന് അൽപ്പം വിഷമം ഇല്ലാതിരുന്നില്ല. രണ്ടാമത്തെ മകളാണ് ശാലിനി. ശാലിനി

ഭർത്താവ് ശേഖറും മകൾ സ്വാതിയുമൊത്ത് തൃശൂരിൽ താമസിക്കുന്നു. തൃശൂരിലെ ഒരു സ്വകാര്യ സ്ഥാപനത്തിൽ ഉദ്യോഗസ്ഥനാണ് ശേഖർ.

കുട്ടികളുടെ പഠനകാര്യങ്ങളും സംരക്ഷണവും എല്ലാം പത്മജയുടെ മാതാപിതാക്കളുടെ ചുമലിൽ ആയിരുന്നു. സിനിമയുടെ തിരക്കുകളിൽ പലപ്പോഴും പുറത്തായിരുന്ന ഉണ്ണികൃഷ്ണന് കുടുംബസംരക്ഷണത്തിന്റെയോ വീട്ടുകാര്യങ്ങളുടെയോ ചുമതല ഒരിക്കലും ഏൽക്കേണ്ടിവന്നിട്ടില്ല. മാത്രവുമല്ല ഒരു കലാകാരന്റെ മുഴുവൻ സ്വാതന്ത്ര്യത്തോടും കൂടി തന്നെയായിരുന്നു അദ്ദേഹത്തിന്റെ ജീവിതം. ഉണ്ണികൃഷ്ണന്റെ ഇഷ്ടാനിഷ്ടങ്ങൾക്ക് ആരും തടസ്സമായി നിന്നിരുന്നില്ല.

ഭാര്യ പത്മജയെ ഒടുവിൽ ജീവനുതുല്യം സ്നേഹിച്ചിരുന്നു. പത്മജയുടെ താൽപ്പര്യങ്ങൾക്കൊന്നും അദ്ദേഹം ഒരിക്കലും എതിരുനിൽക്കാറില്ല. വരുമാനത്തെക്കുറിച്ചോ കയ്യിലുള്ള സമ്പാദ്യത്തെക്കുറിച്ചോ ഒടുവിൽ ഒരിക്കലും വേവലാതിപ്പെട്ടിരുന്നില്ല. ആവശ്യത്തിനു മാത്രമല്ല ചിലപ്പോൾ അല്ലാതെയും ധാരാളം പണം ചിലവഴിക്കുന്ന സമ്പാദ്യശീലം തീരെയില്ലാത്ത പ്രകൃതക്കാരനായിരുന്നു അദ്ദേഹം. രണ്ടു മക്കളേയും ഒരുപോലെ സ്നേഹിച്ച അദ്ദേഹം ശിക്ഷിക്കുന്നതുപോലും ഒരുപോലെയായിരുന്നു. രണ്ടുപേരിൽ ആരു തെറ്റുചെയ്താലും ശിക്ഷ രണ്ടുപേർക്കും തുല്യമായിരുന്നു. രണ്ടാമത്തെയാൾ ശാലിനി (അനി) യാണ് വികൃതി കാണിക്കാറെങ്കിലും മൂത്തയാൾ (മിനി) ക്കും അടി കിട്ടുമായിരുന്നു.

1995 ലാണ് ഒടുവിൽ ഉണ്ണികൃഷ്ണൻ കേരളശ്ശേരിയിലെ നീലാഞ്ജനമെന്ന വീട് പണി കഴിപ്പിച്ചത്. വീടിനോട് എന്നും വല്ലാത്തൊരു അടുപ്പം

ഒടുവിലിന്റെ ചിത്രത്തിനരികെ ഭാര്യ, മക്കൾ, പേരമകൾ

അദ്ദേഹത്തിനുണ്ടായിരുന്നു. വീട്ടിൽ വന്നാൽ നല്ലൊരു കൃഷിക്കാരനുമായിരുന്നു അദ്ദേഹം. പാവലും പടവലവുമൊക്കെ നട്ടുനനച്ച് തലയിലൊരു തോർത്തുംകെട്ടി ഒരു നാടൻ കൃഷിക്കാരനായി ഉണ്ണികൃഷ്ണൻ മുറ്റത്തും പറമ്പിലും ചുറ്റി നടക്കുമായിരുന്നു. വീടിന്റെ ടെറസ്സിലും പച്ചക്കറികളും പൂക്കളും നട്ടുവളർത്തിയിരുന്നു അദ്ദേഹം. അവസാനകാലത്ത് വീടിനോടു ചേർന്നൊരു ഔട്ട്ഹൗസും ഒടുവിൽ പണികഴിപ്പിച്ചു. വീട്ടിലെത്തുന്ന സുഹൃത്തുക്കളുമൊത്ത് സ്വൈരസല്ലാപം നടത്തുന്ന പതിവ് പിന്നീട് ഈ ഔട്ട്ഹൗസിൽ വച്ചായിരുന്നു.

അനവധി വേഷങ്ങളിൽ നിറഞ്ഞാടിയ മഹാപ്രതിഭയുടെ നാനാവിധമായ ബഹിർസ്ഫുരണങ്ങളിൽ ചിലതായി ഒടുവിലിന്റെ പലേ സ്വഭാവസവിശേഷതകളെയും വിലയിരുത്താം. മനുഷ്യരും പ്രകൃതിയും ഉറങ്ങുമ്പോൾ ഉണർന്നിരിക്കുന്നവനാണ് ഋഷിയെന്നു പറയാറുണ്ടെങ്കിലും ഒടുവിൽ ഉണ്ണികൃഷ്ണനെ അത്തരത്തിൽ തരംതിരിക്കുകവയ്യ. മറിച്ച് ഒരു പക്ഷേ അദ്ദേഹത്തിന്റെ ഉപബോധ മനസ്സിലുള്ള ഒരു തസ്ക്കര ഭയമായിരുന്നുവോ അറിയാതെയുള്ള ഈ ഉണർന്നിരിക്കലിന്റെ പിന്നിലെന്നു തോന്നുന്നു. പത്മജയേയും കുട്ടികളേയും കിടക്കാൻ അയച്ചശേഷം വീടിന്റെ പൂമുഖത്ത് ടെലിഫോണിലെ സ്പീക്കർ തുറന്നുവച്ചുകൊണ്ട് രാത്രിയുടെ അർധയാമങ്ങളിൽ സുഹൃത്തുക്കളുമായി നിത്യേന സൗഹൃദ സംഭാഷണത്തിനും വഴക്കടിക്കാനും പരിഭവം പറയാനുമൊക്കെയായി എത്രയോ മണിക്കൂറുകളായിരുന്നു അദ്ദേഹം ചെലവഴിച്ചിരുന്നത്.

സമയം രാത്രിയാണെന്ന അറിവ് ഉള്ളപ്പോഴും അതു ഉൾക്കൊള്ളാൻ അദ്ദേഹം പലപ്പോഴും മടികാട്ടിയിരുന്നു. അർധരാത്രി കഴിഞ്ഞ് ഒന്നര മണി സമയത്ത് താൻ വഴക്കിടാത്ത അപൂർവം ചിലരിലൊരാളായ തന്റെ തൊട്ടടുത്തുള്ള പദ്മകുമാറിനെ ഒടുവിൽ ഫോണിൽ വിളിക്കുന്നു: "ഓമനക്കുട്ടാ, ഉറക്കായോ, വീട്ടിൽ ഉണ്ടാവ്വോ? എനിക്കൊരു അത്യാവശ്യ കാര്യം ഉണ്ട്. എനിക്ക് ഒരു ഡസൻ കോഴിമുട്ട വേണം." എന്താ ഉണ്ണ്യേട്ടാ ഈ സമയത്ത് കോഴിമുട്ടയോ, ഇവിടെ ഇല്ല. രാവിലെ ഞാൻ വാങ്ങിക്കൊണ്ടുതരാം." "അതുപറ്റില്ല്യാ എനിക്ക് ഇപ്പോ വേണം, ഞാൻ നമ്മുടെ കുഞ്ഞിരാമൻ നായരുടെ കടയിലെ കുട്ടനോട് വിളിച്ച് പറഞ്ഞിട്ടുണ്ട്. അയാൾ ഇപ്പോൾ കടതുറന്ന് എടുത്തുതരാന്ന് പറഞ്ഞ്ണ്ട്. "ഓമനക്കുട്ടൻ ഒന്നുചെന്ന് വാങ്ങീട്ട് വരണം." അർധരാത്രി ഒന്നര മണികഴിഞ്ഞ് ഉറങ്ങിക്കഴിഞ്ഞ കടയുടമസ്ഥനെ വിളിച്ചുണർത്തി അടുത്തുള്ള പീടിക തുറന്ന് മുട്ട വാങ്ങിക്കാൻ എത്തിയ ഓമനക്കുട്ടനോട് കടയുടമയുടെ ചോദ്യം: 'എന്താ ഓമനക്കുട്ട്യേട്ടാ നിങ്ങക്കും അസുഖം തൊടങ്ങ്യോ? മൂപ്പർക്കു സുഖംല്യാന്നറിയാം." ഒരു മുക്കലിലൂടെ, ഒരു മൂളലിലൂടെ, ഒരു ചെറിയ നോട്ടത്തിലൂടെ ഒരു ഭാവി വിസ്മയം തന്നെ കാഴ്ചവെക്കാൻ കഴിഞ്ഞ ഒരു അതുല്യ പ്രതിഭയുടെ മനോവ്യാപാരങ്ങളെ സാമാന്യബുദ്ധിയുടെ അളവുകോലുകൊണ്ട് ഒരിക്കലും അളക്കാനാവില്ലല്ലോ. ഈ എല്ലാ സ്വഭാവവിശേഷങ്ങളെയും പൂർണമായും ഉൾക്കൊണ്ട്

ഒടുവിലിന്റെ കുടുംബാംഗങ്ങൾ അദ്ദേഹത്തെ അളവറ്റ് സ്നേഹിച്ചിരുന്നു. അദ്ദേഹത്തിനും തന്റെ വീടും കുടുംബവും എന്നും ഏറ്റവും പ്രിയപ്പെട്ടതായിരുന്നു.

തന്റെ പ്രിയതമൻ എന്നന്നേക്കുമായി വിടപറഞ്ഞുവെങ്കിലും അദ്ദേഹത്തിന്റെ സാന്നിധ്യം ഇന്നും കേരളശ്ശേരിയിലെ നീലാഞ്ജനത്തിലും അങ്കാരത്തുവീട്ടിലും അനുഭവിക്കുന്നതായി പ്രിയ പത്നി പത്മജ പറഞ്ഞു. അദ്ദേഹത്തിന്റെ മരണശേഷം മൃതദേഹം സംസ്ക്കരിക്കുന്ന അതേ സമയത്തുണ്ടായ പൊരുൾ കണ്ടെത്താൻ കഴിയാത്ത ഒരനുഭവം അവർ പറയുന്നു: "ഉണ്ണിയേട്ടന്റെ ദേഹം ചിതയിൽ വക്കുന്ന സമയം. പാമ്പാടിയിലെ ഐവർമഠത്തിലാണ് ചിതയൊരുക്കിയത്. എന്റെ അമ്മയും മക്കൾ ശാലിനി – പത്മിനി തുടങ്ങിയവരും ആ സമയത്ത് നീലാഞ്ജനത്തിൽ ഉണ്ട്. മറ്റെല്ലാവരും ഐവർമഠത്തിലേക്കു പോയിരിക്കുകയായിരുന്നു. ചിതക്കു തീ കൊളുത്തുന്ന അതേ നേരത്തുവീട്ടിൽ ഭയങ്കരമായൊരു ശബ്ദം കേട്ടു. അടുക്കളയുടെ അടുത്ത് മുറിയിൽ ഒരു തീഗോളം പൊട്ടി വീണു. ആകെ അമ്പരന്നുപോയ ഞങ്ങൾ വൈദ്യുതിലൈനിലെ തകരാർമൂലം എന്തോ സംഭവിച്ചതാണെന്നായിരുന്നു കരുതിയത്. പക്ഷേ, പരിശോധിച്ചപ്പോൾ വൈദ്യുതിലൈനിൽ തകരാറൊന്നും ഉണ്ടായിരുന്നില്ല. ഇന്നും ഉത്തരം കിട്ടാത്ത ഒരു സംഭവമാണിത്. എന്നാൽ ഇന്ന് ഞങ്ങൾ

വിശ്വസിക്കുന്നു, ജീവിതത്തോടു തീരാത്ത കൊതിയായിരുന്ന, വീടുവിട്ട് പോകാൻ മടിക്കുന്ന ഉണ്ണിയേട്ടന്റെ സാന്നിധ്യമായിരുന്നു ആ ശബ്ദവും വെളിച്ചവുമെന്ന്."

ഒരു ചെറുപുഞ്ചിരിയിലെ കുറുപ്പുമാഷ്ടെ ജീവിതത്തെ ഒടുവിൽ ഇപ്പോൾ തീർത്തും അന്വർഥമാക്കിയിരിക്കുന്നുവെന്നു പറയാം. കുറുപ്പു മാഷുടെ മരണത്തിനുശേഷം അമ്മാളു തനിച്ചാണ്. തൊടിയിൽ അദ്ദേഹം മക്കളെപ്പോലെ നട്ടുനനച്ചു വളർത്തിയ വള്ളിപ്പടർപ്പുകൾക്കിടയിൽ തന്റെ പ്രിയതമന്റെ സാന്നിധ്യം അമ്മാളു തിരിച്ചറിയുന്നു.

പൂർത്തിയാകാത്ത കാവ്യം

ആയിരത്തിത്തൊള്ളായിരത്തി എൺപത്തിയെട്ടിൽ പുറത്തിറങ്ങിയ *പൊന്മുട്ടയിടുന്ന താറാവി*നെ തുടർന്ന് ഏറെ തിരക്കേറിയ നടനായി മാറി ഒടുവിൽ ഉണ്ണികൃഷ്ണൻ. അഭിനയജീവിതത്തിന്റെ ഒരു വ്യാഴവട്ടക്കാലത്തിലൂടെ കടന്നുപോയപ്പോൾ അദ്ദേഹത്തെ തളർത്തിയ രോഗലക്ഷണങ്ങളുടെ നാമ്പ് 2002 ൽ പുറത്തു വന്നു.

ഒടുവിലിന്റെ രണ്ടാമത്തെ മകൾ ശാലിനിയുടെ വിവാഹം നടന്നത് 2002 സെപ്തംബർ 2 നായിരുന്നു. ഈ അവസരത്തിൽ തന്നെ അദ്ദേഹത്തിൽ അനാരോഗ്യത്തിന്റെ ആരംഭം കുറിച്ചിരുന്നു. ഇടയ്ക്കിടെ ഛർദ്ദി, തലകറക്കം എന്നിവയായിരുന്നു ലക്ഷണങ്ങൾ.

ബാല്യത്തിലെ അമ്മയെ നഷ്ടപ്പെട്ട ഒടുവിലിനെ അമ്മയുടെ സ്നേഹം നൽകി വളർത്തിയത് ദേവകി എന്ന മൂത്ത സഹോദരിയായിരുന്നു. അവിവാഹിതയായിരുന്ന ദേവകിയേടത്തിയും ഉണ്ണികൃഷ്ണനുമായുണ്ടായിരുന്ന ആത്മബന്ധം വളരെ സുദൃഢമായിരുന്നു. സ്വന്തം ഭാര്യയോടോ മക്കളോടോ ഉള്ളതിലും കൂടുതൽ സ്നേഹം ദേവകിയേടത്തിയോടുണ്ടായിരുന്നുവെന്ന് ഒടുവിലിന്റെ കുടുംബാംഗങ്ങൾ പറയാറുണ്ട്. 2002 ലായിരുന്നു ദേവകിയേട്ടത്തിയുടെ മരണം. ഈ വേർപാട് ഒടുവിലിനെ വല്ലാതെ ഉലച്ചു. അതോടെ അദ്ദേഹത്തിന്റെ ആരോഗ്യവും വല്ലാതെ ക്ഷയിക്കാൻ തുടങ്ങി. പനിയും ശ്വാസംമുട്ടലും ഇടക്കിടെ ആക്രമിക്കാൻ തുടങ്ങി. 2003 മാർച്ച് മാസത്തിൽ അസുഖത്തെ തുടർന്ന് തൃശൂരിലെ വെസ്റ്റ്ഫോർട്ട് ആശുപത്രിയിൽ ഒരാഴ്ച കിടക്കേണ്ടിവന്നു. ആ അവസരത്തിൽ നടത്തിയ പരിശോധനയിലാണ് വൃക്കയുടെ പ്രവർത്തനം തകരാറിലാണെന്നു കണ്ടെത്തിയത്. രക്തത്തിലെ ക്രിയാറ്റിൻ അളവ് വളരെ ഉയർന്നതായി കണ്ടെത്തി. ഇതോടെ മരുമകൻ ശേഖറും സത്യൻ അന്തി

കാവ്യത്തിന്റെ ഫോട്ടോസെഷ്നിൽ നിന്ന്

ക്കാടും മറ്റും ചേർന്ന് കൊച്ചിയിലെ അമൃത ഇൻസ്റ്റിറ്റ്യൂട്ട് ഓഫ് മെഡിക്കൽ സയൻസിലേക്ക് അദ്ദേഹത്തെ കൊണ്ടുപോയി. ഒരു മാസത്തോളം അവിടെ കിടത്തി ചികിത്സിച്ചു. അമൃതയിലെ ഡോ. ഷിബുജേക്കബും ഡോ. ഉണ്ണിയും ചേർന്നായിരുന്നു അദ്ദേഹത്തെ ചികിത്സിച്ചിരുന്നത്. ചികിത്സയുടെ ഭാഗമായി ആഴ്ചയിൽ രണ്ടുവീതം ഡയാലിസിസും തുടങ്ങി.

രോഗത്തിന്റെ ഗൗരവം ആദ്യനാളുകളിൽ ഒടുവിൽ ഉണ്ണികൃഷ്ണൻ വേണ്ടത്ര മനസിലാക്കിയിരുന്നുവോ എന്നകാര്യം സംശയമാണ്. അഥവാ മനസിലാക്കിയിരുന്നുവെങ്കിലും അതൊന്നും അത്രസാരമാക്കാനില്ല എന്നായിരുന്നു അദ്ദേഹത്തിന്റെ നിലപാട്. വൃക്കരോഗത്തിനു ചിട്ടയായ ഭക്ഷണനിയന്ത്രണം ഒഴിച്ചുകൂടാനാകാത്തതാണ്. എന്നാൽ അക്കാര്യത്തിൽ വേണ്ടത്ര ചിട്ടയൊന്നും പാലിക്കാൻ ഒടുവിൽ ഒരുക്കമല്ലായിരുന്നു. സ്വതവേ ശാന്തസ്വഭാവക്കാരനാണെങ്കിലും പിടിവാശികൾക്ക് ഒട്ടും കുറവുണ്ടായിരുന്നില്ല. ഇഷ്ടപ്പെട്ട കറികൾവേണം, മീനും ഇറച്ചിയും ഭക്ഷണത്തിനു നിർബന്ധമായിരുന്നു. തീരുന്ന മുറക്ക് ഫാമിലി പാക്ക് ഐസ്ക്രീം വാങ്ങിവച്ച് കഴിച്ചുകൊണ്ടിരിക്കുന്ന പതിവ് ഉണ്ടായിരുന്നു. ചിട്ടയായ ജീവിതക്രമം വേണമെന്ന ബന്ധുമിത്രാദികളുടെ സ്നേഹപൂർവമുള്ള അഭ്യർഥനയോ ഡോക്ടർമാരുടെ ശാസനകളോ ഒന്നും അദ്ദേഹം കാര്യമായെടുത്തിരുന്നില്ല.

2004 സെപ്തംബർ ഒൻപതാം തീയതി ഒടുവിൽ ഉണ്ണികൃഷ്ണന്റെ

ജീവിതത്തിലെ നിർണായക ദിനങ്ങളിൽ ഒന്നാണ്. അദ്ദേഹത്തിന്റെ വാക്കുകളിൽ തന്നെ ആ ദിവസം രേഖപ്പെടുത്തിയിട്ടുണ്ട്. “2004 വർഷം എനിക്കു കണ്ടകശ്ശനിയായിരുന്നു. കണ്ടകശ്ശനി കൊണ്ടേപോകൂ എന്നൊരു ശാസ്ത്രമുണ്ടല്ലോ? സെപ്തംബർ ഒൻപതിന് കണ്ടകശ്ശനി ആഞ്ഞൊന്നു പിടിച്ചു. രോഗം വളരെ ശമനമാണെന്നു ഡോക്ടർമാരും ഞാനും എല്ലാവരും വിശ്വസിച്ചിരുന്ന സമയം ഒരു ദിവസം ഉച്ചയ്ക്കു പ്രതീക്ഷിക്കാതെ എനിക്കു ശ്വാസംമുട്ടൽ അനുഭവപ്പെടാൻ തുടങ്ങി. കുറേശ്ശെയായിരുന്ന ശ്വാസതടസ്സം ശക്തിപ്പെട്ടു. കാഴ്ച കുറഞ്ഞു തുടങ്ങി. ശ്വാസം പൂർവാധികം അടയുന്നു. ഞാൻ അലറി. നഴ്സ് എന്റെ ബി പി നോക്കി. ബ്ലഡ് പ്രഷർ അക്കങ്ങൾക്ക് അപ്പുറമായി. ഡോക്ടർമാർ ഓടിയെത്തി. അപ്പോഴേക്കും ഞാൻ നിശ്ചലമായി കഴിഞ്ഞിരുന്നു. ഡോക്ടർമാർ മുഖത്തോടു മുഖം നോക്കികാണും. അർഥവത്തായ നോട്ടം. രണ്ടും കരുതി എന്നെ അവർ ഐ സി യുവിലേക്കു മാറ്റി. ഇതിനിടയിൽ ആരോ എന്റെ ഹൃദയത്തിൽ ശക്തിയോടെ അമർത്തുന്ന മാതിരി തോന്നി. അവസാനത്തേതിനു തൊട്ടുമുമ്പുള്ള അമർത്തലായിരുന്നു അത്. പിന്നെ താഴോട്ടുപോകുന്ന പോലെയാണ് എനിക്കു തോന്നിയത്. മരിച്ചവർ അങ്ങിനെ പോകുമെന്നു ഞാൻ കരുതി. എന്നെ ലിഫ്റ്റിൽ ഇറക്കുകയായിരുന്നുവെന്ന് പിന്നീടാണ് മനസിലായത്. ഒരുപാടു സ്ത്രീശബ്ദങ്ങൾ കേട്ടു. സ്വർഗത്തിലെ മാലാഖമാരാണെന്നു കരുതി. നഴ്സുമാരുടെ ശബ്ദങ്ങളായിരുന്നുവെന്ന് പൂർണ ബോധം വന്നപ്പോൾ മനസിലായി. ഐ സി യുവിൽ പല കർമങ്ങൾ നടന്നു. അവസാനം ഡോക്ടേഴ്സ് വിധിയെഴുതി. വെന്റിലേറ്ററിലേക്കു മാറ്റാൻ, അറിയിക്കേണ്ടവരെ അറിയിക്കാൻ. സുഹൃത്തുക്കളും ബന്ധുക്കളും എത്തി. അവസാനമായി ഒരു നോക്കു കണ്ടു. കണ്ടകശ്ശനിയെന്നെ കൊണ്ടുപോകാൻ തന്നെ തീരുമാനിച്ചു. പക്ഷേ, ദൈവവും ഡോക്ടർമാരും വിടുന്നില്ല. അവസാനം കണ്ടകശ്ശനി തോറ്റു. അങ്ങനെ ദൈവവും ഡോക്ടർ ഉണ്ണി, ഷിബുജേക്കബ്, ഡോക്ടർ അനിൽ മാത്യു, ഡോക്ടർ ആത്മാനന്ദ്, മറ്റു സ്റ്റാഫുകൾ എല്ലാവരുംകൂടി എന്നെ തിരിച്ചുകൊണ്ടുവന്നു. നന്ദി! തികച്ചും പുനർജന്മം!”

വൃക്കകളുടെ പ്രവർത്തനം തകരാറിലായതോടെ ഡയാലിസിസിലൂടെ മാത്രമെ മുന്നോട്ടു പോകാനാകൂ എന്ന അവസ്ഥയിലായി ഒടുവിലിന്റെ ജീവിതം. കൊച്ചിയിലെ അമൃത ആശുപത്രിയിലെ ചികിത്സയെ തുടർന്ന് തൃശൂരിലെ ജൂബിലി മിഷൻ ആശുപത്രിയിൽ ആഴ്ചയിൽ ഒന്നു വീതം ഡയാലിസിസിനായി ഒടുവിലിനെ കൊണ്ടുവന്നു. ജൂബിലി മിഷൻ ആശുപത്രിയിലെ ചികിത്സ പിന്നീട് പെരിന്തൽമണ്ണ മൗലാനാ ആശുപത്രിയിലേക്കു മാറ്റി.

“എണീറ്റു നിൽക്കാനുള്ള ആരോഗ്യമുണ്ടെങ്കിൽ എനിക്കു സിനിമയിലഭിനയിക്കണം”, അങ്ങിനെയായിരുന്നു ഒടുവിൽ പറയാറ്. അതെ ഈ വാക്കുകൾ ശരിവയ്ക്കുന്നതായിരുന്നു *അച്ചുവിന്റെ അമ്മ*യിലെ അദ്ദേഹത്തിന്റെ അഭിനയം. രോഗത്തിന്റെ അവശതകൾക്കിടയിലും *അച്ചുവിന്റെ*

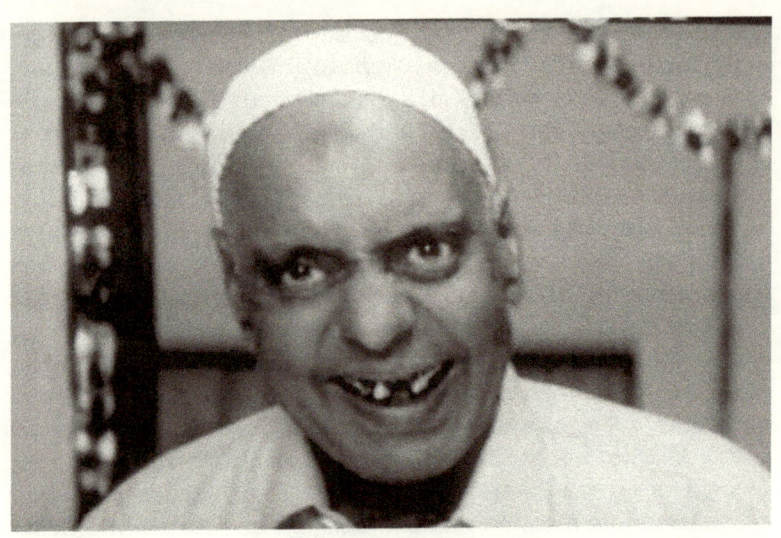

അച്ചുവിന്റെ അമ്മയിലെ അബ്ദുള്ള

അമ്മയിലെ അബ്ദുള്ളയായി വേഷമിടാൻ ഒടുവിൽ ഉണ്ണികൃഷ്ണൻ എത്തി. കോഴിക്കോടും പരിസരത്തുമായിരുന്നു അച്ചുവിന്റെ അമ്മയുടെ ചിത്രീകരണമെന്നതിനാൽ അദ്ദേഹം കോഴിക്കോട് പി വി എസ് ആശുപത്രിയിൽ ഡയാലിസിസും നടത്തി.

രോഗാവസ്ഥയിൽ സഹായഹസ്തവുമായി നിരവധിപേർ ഉണ്ടായിരുന്നു. അമ്മ അസോസിയേഷനും സിനിമാ സുഹൃത്തുക്കളും സംസ്ഥാന സർക്കാരുമെല്ലാം സഹായിച്ചിരുന്നു. സുഹൃത്തുക്കളിൽ നടൻ ദിലീപ്, സംവിധായകൻ സത്യൻ അന്തിക്കാട് എന്നിവർക്കു പുറമെ, മമ്മൂട്ടി, മോഹൻലാൽ, ജയറാം, മാള, ആൽവിൻ ആന്റണി എന്നിവരും ഉണ്ടായിരുന്നു. അതൊരു തിരിച്ചുവരവായിരുന്നു. മരണത്തിന്റെ വക്കോളം എത്തി യശേഷമുള്ള തിരിച്ചുവരവ്. *അച്ചുവിന്റെ അമ്മയ്ക്കു* ശേഷം സത്യൻ അന്തിക്കാടിന്റെ തന്നെ രസതന്ത്രത്തിലും *ചന്ദ്രോത്സവം* എന്ന മറ്റൊരു ചിത്രത്തിലും ഒടുവിൽ അഭിനയിച്ചു.

2005 ൽ തിരിച്ചുവരവു നടത്തിയ ഒടുവിൽ ഉണ്ണികൃഷ്ണന്റെ ആരോഗ്യം അടുത്തവർഷം ആയപ്പോഴേക്കും വീണ്ടും ക്ഷയിക്കാൻ തുടങ്ങി. പെരിന്തൽമണ്ണ മൗലാന ആശുപത്രിയിലായിരുന്നു പിന്നീട് ചികിത്സ. ഡയാലിസിസുകളുടെ എണ്ണം കൂടി ഇടവേള കുറഞ്ഞതോടെ പെരിന്തൽമണ്ണയിൽ ഒരു വാടകവീട്ടിൽ താമസിച്ചായിരുന്നു ചികിത്സ. മൗലാനയിലെ ചികിത്സയ്ക്കിടെ പെട്ടെന്നു കേരളശ്ശേരിയിലെ വീട്ടിലേക്ക് വരണമെന്ന് ഒടുവിൽ വാശിപിടിച്ചു. അങ്ങിനെ വീട്ടിലെത്തി. ആ ഘട്ടത്തിലെ രോഗത്തിന്റെ ഗുരുതരാവസ്ഥ അദ്ദേഹത്തെ അറിയിച്ചിരുന്നു. അമൃത ആശുപത്രിയിലെ ഡോക്ടർ ഉണ്ണിയാണ് ഇക്കാര്യം വീട്ടുകാ

രോടും ഒടുവിലിനോടും വിശദീകരിച്ചത്. രോഗത്തെക്കുറിച്ചുള്ള വ്യക്തമായ ധാരണ ഉണ്ടായാൽ ഭക്ഷണകാര്യത്തിലും മറ്റും ശ്രദ്ധിക്കാനും നിയന്ത്രണങ്ങൾക്ക് വിധേയമാകാനും ഒടുവിൽ തയാറാകുമെന്ന് ഡോക്ടർ ആശിച്ചു. എന്നാൽ അദ്ദേഹത്തിന് മാറ്റമൊന്നും ഉണ്ടായില്ല. അമൃതയിലേതുപോലെതന്നെ മൗലാനയിലെ ചികിത്സയിലും നിരവധി പേരുടെ സഹായസഹകരണങ്ങൾ അദ്ദേഹത്തിനു ലഭിച്ചു. മൗലാനയിലെ പി ആർ ഒ ആയിരുന്ന ശ്രീ. രാമദാസ് വളരെയധികം സഹായിച്ചു.

2006 മെയ് 24 ന് രോഗം വീണ്ടും മൂർച്ഛിച്ചപ്പോൾ കോഴിക്കോട് പി വി എസ് ആശുപത്രിയിലേക്ക് അദ്ദേഹത്തെ കൊണ്ടുപോയി. അവിടെ വേണ്ട എല്ലാവിധ സഹായങ്ങൾക്കുമായി ശ്രീ. പി വി ഗംഗാധരൻ ഉണ്ടായിരുന്നു. രോഗാവസ്ഥയിൽ, ചികിത്സക്കുവേണ്ടി ആശുപത്രിയിൽ പോകുമ്പോഴും ഒടുവിലിനു പലേ നിർബന്ധങ്ങളും ഉണ്ടായിരുന്നു. ആശുപത്രിയിൽ കിടക്കാനുള്ള കിടക്ക മാത്രമല്ല, തനിക്ക് ഇരിക്കാനുള്ള കസേര പോലും വീട്ടിൽ നിന്നും കൊണ്ടു പോകണമെന്ന് അദ്ദേഹം വാശിപിടിച്ചു. അവ കൊണ്ടുപോകുകയും ഉണ്ടായി. പി വി എസിലെ പ്രത്യേക മുറിയിൽ അഡ്മിറ്റ് ചെയ്തുകഴിഞ്ഞപ്പോൾ ശ്രീ. പി വി ഗംഗാധരൻ അദ്ദേഹത്തോടു പറഞ്ഞു "ഉണ്ണികൃഷ്ണൻ ഈ മുറി സ്വന്തമായി എടുത്തോള്ളൂ." ഒടുവിലിന് ഒരുതരത്തിലുള്ള ബുദ്ധിമുട്ടും വരാതിരിക്കാൻ എല്ലാവരും ശ്രദ്ധിച്ചു. പ്രത്യേക പരിചരണവും കൊടുത്തു.

എന്നാൽ ഇത്തവണ പ്രിയപ്പെട്ടവരുടെ പ്രാർഥനയും ഡോക്ടർമാരുടെ കഠിനപരിശ്രമവും എല്ലാം വൃഥാവിലായി. മുൻപ് മരണത്തെ മുഖാമുഖം കണ്ട് ജീവിതത്തിലേക്ക് മടങ്ങിവന്നിട്ടുള്ള ഒടുവിൽ ഉണ്ണികൃഷ്ണൻ ഇത്തവണ മരണമെന്ന യാഥാർഥ്യത്തിനു മുന്നിൽ കീഴടങ്ങി. 2006 മെയ് 27 ന് രാവിലെ ആറുമണിക്ക് തന്റെ 62-ാം വയസിൽ ഒടുവിൽ ഉണ്ണികൃഷ്ണൻ എന്ന മലയാളികളുടെ പ്രിയങ്കരനായ നടൻ, നാട്യങ്ങളില്ലാത്ത പച്ചയായ മനുഷ്യസ്നേഹി അരങ്ങൊഴിഞ്ഞു. മരണസമയം ഭാര്യ പത്മജയും മക്കളായ പത്മിനിയും ഭാര്യാസഹോദരൻ സുരേഷ് എന്നിവരും സമീപത്തുണ്ടായിരുന്നു.

മരണവാർത്ത അറിഞ്ഞതോടെ ജീവിതത്തിന്റെ വിവിധ തുറകളിലുള്ളവർ ആശുപത്രിയിൽ എത്തി. മന്ത്രിമാരായ പി കെ ഗുരുദാസൻ, ജി സുധാകരൻ, ചലച്ചിത്രതാരവും സുഹൃത്തുമായ മാമുക്കോയ, പി വി ഗംഗാധരൻ, വി എം വിനു, കൈതപ്രം തുടങ്ങിയവർ അവരിൽ ചിലരാണ്.

ഉച്ചക്ക് പന്ത്രണ്ടേമുക്കാലോടെ മൃതദേഹം വടക്കാഞ്ചേരിയിൽ എത്തി. തങ്ങളുടെ പ്രിയപ്പെട്ട ഒടുവിലിനെ കാണാനായി വൻ ജനാവലിയായിരുന്നു വടക്കാഞ്ചേരിയിൽ കാത്തുനിന്നിരുന്നത്. വടക്കാഞ്ചേരി പബ്ലിക് ലൈബ്രറിയിൽ പൊതുദർശനത്തിനു വച്ച മൃതദേഹം വൈകീട്ട് ആറു മണിയോടെ കേരളശ്ശേരിയിലെ നീലാഞ്ജനത്തിൽ എത്തിച്ചു. തങ്ങളിലൊരാളായ ഉണ്ണ്യേട്ടനെ അവസാനമായി ഒരുനോക്കുകാണാനായി

തടിച്ചുകൂടിയ കേരളശ്ശേരിയിലെ ജനസഞ്ചയത്തെ നിയന്ത്രിക്കാൻ നന്നേ ബുദ്ധിമുട്ടി. പിറ്റേന്ന് കാലത്ത് അന്തിമോപചാരങ്ങൾക്കുശേഷം മൃതദേഹം സംസ്കാരത്തിനായി തിരുവില്വാമല ഐവർമഠത്തിലേക്കു കൊണ്ടുപോയി. ഉച്ചക്ക് 12.00 ന് മരുമകൻ രഘു ചിതക്ക് തീകൊളുത്തി. സംസ്ഥാന സർക്കാരിന്റെ ഔദ്യോഗിക ബഹുമതികളോടെയായിരുന്നു സംസ്കാര ചടങ്ങ്. സംസ്ഥാന സർക്കാർ പ്രതിനിധിയായി സാംസ്കാരിക വകുപ്പു മന്ത്രി എം എ ബേബി ചടങ്ങിൽ പങ്കെടുത്തു.

അനാരോഗ്യം അലട്ടിക്കൊണ്ടിരുന്നപ്പോഴും ഒരുപാടു കഥാപാത്രങ്ങളെ ഒടുവിൽ ഉണ്ണികൃഷ്ണൻ മനസിൽ സൂക്ഷിച്ചിരുന്നു. അതിൽ ഏറ്റവും പ്രധാനം ഞരളത്ത് രാമപ്പൊതുവാളുടെ വേഷമാണ്. സോപാന സംഗീതത്തിലെ കുലപതിയായിരുന്ന ഞരളത്തിന്റെ ജീവിതത്തെ ആധാരമാക്കി നിർമിക്കുന്ന 'കാവ്യം' എന്ന ചിത്രത്തിൽ ഞരളത്തിന്റെ വേഷം ചെയ്യണമെന്ന് ഒടുവിൽ ഏറെ ആഗ്രഹിച്ചിരുന്നു. ഞരളത്തിന്റെ മകൻ ഹരിഗോവിന്ദൻ തിരക്കഥയെഴുതി, അനീഷ് വർമ്മ സംവിധാനം ചെയ്യാൻ നിശ്ചയിച്ച കാവ്യത്തിൽ അഭിനയിക്കുന്നതിനുള്ള എല്ലാ തയാറെടുപ്പുകളും ഒടുവിൽ നടത്തിയിരുന്നു. രോഗത്തിനിടയിലും ഒടുവിൽ ഞെരളത്തിന്റെ ജീവചരിത്രവും അദ്ദേഹത്തിന്റെ സ്വഭാവവുമൊക്കെ പഠിക്കാൻ ശ്രമിച്ചിരുന്നു. നീലാഞ്ജനത്തിനു മുന്നിലുള്ള കള്ളപ്പാടി മഹാദേവക്ഷേത്രത്തിൽ ഇടക്കകൊട്ടിപ്പാടുന്ന ഞരളത്തിന്റെ വേഷത്തെ അനുസ്മരിപ്പിച്ച് ഫോട്ടോസെഷനും ഒടുവിൽ പൂർത്തിയാക്കിയിരുന്നു. ഞരളത്തിന്റെ മാത്രമല്ല അണിയാനാവാതെപോയ അനവധി വേഷങ്ങൾക്ക് പകരം ഇതാ മറ്റൊരാൾ എന്നു ചൂണ്ടിപ്പറയാൻ ഇല്ലാത്തവിധം അതുല്യമായ പ്രതിഭകൊണ്ട് വിസ്മയിപ്പിച്ച ആ മഹാനടൻ ജീവിതത്തിന്റെ രംഗവേദികളിൽ നിന്നും പൂർത്തിയാകാത്ത കാവ്യംപോലെ വിടവാങ്ങി.

ഒടുവിൽ ഓർമകളിലൂടെ

മലയാളിയുടെ ഹൃദയത്തിൽ ഇടം പിടിച്ചു കഴിഞ്ഞ ഒടുവിൽ ഉണ്ണി കൃഷ്ണനെക്കുറിച്ചുള്ള ദീപ്തമായ ഓർമകളാണ് ഇവിടെ പങ്കുവയ്ക്ക പ്പെടുന്നത്. ഒരിക്കലെങ്കിലും കാണാനും പരിചയപ്പെടാനും അവസരം ലഭിച്ചവർക്കെല്ലാം ഒടുവിലിനെ കുറിച്ച് പറയാൻ ഏറെയുണ്ട്. അപൂർവ മായ ആ വ്യക്തിത്വത്തിന്റെ സവിശേഷതകളെ തൊട്ടുകാണിക്കുന്ന അതീ വഹൃദ്യമായ അനുഭവങ്ങളാണ് ഈ ഓർമകൾ. ജീവിതത്തിന്റെ വിവിധ മണ്ഡലങ്ങളിലുള്ളവർ പങ്കുവെക്കുന്ന ഈ ഓർമകൾ ഒടുവിൽ ഉണ്ണികൃ ഷ്ണന്റെ സുഹൃത്തും സഹപ്രവർത്തകനുമായിരുന്ന അനുഗ്രഹീത നടൻ നെടുമുടിവേണുവിൽ നിന്നു തുടങ്ങട്ടെ.

നെടുമുടിവേണു:- സത്യൻ അന്തിക്കാടിന്റെ അപ്പുണ്ണിയിലാണ് ഞങ്ങൾ ആദ്യം ഒന്നിക്കുന്നത്. ആദ്യ കണ്ടുമുട്ടലിൽ തന്നെ ചിരപരിച യമുള്ളവരെപ്പോലെ ഞങ്ങൾ അടുത്തു. അതിനു പ്രധാന കാരണം സംഗീതമാണ്. ഞങ്ങൾ രണ്ടാളും ഒരുപോലെ ഇഷ്ടപ്പെടുന്ന വിഷയമ യാണ് സംഗീതവും നർമവും. സംഗീതത്തിൽ നല്ല പ്രാവീണ്യവും അതി ലേറെ വാസനയും ഒടുവിലിനുണ്ടായിരുന്നു. പ്രൊഫഷണൽ പ്രിസിഷ നോടെ അദ്ദേഹം താളവാദ്യങ്ങൾ വായിക്കും. പ്രത്യേകിച്ച് തബല. ഒട്ടേറെ ഭാവഗാനങ്ങൾ ചിട്ടപ്പെടുത്തിയിട്ടുള്ള ഉണ്ണികൃഷ്ണനാണ് എന്റെയുള്ളിലെ പാട്ടെഴുത്തുകാരനെ തട്ടിയുണർത്തിയത്. കൊയിലാണ്ടിയിൽ ഷൂട്ടിംഗ് നടക്കുന്ന ഒരു രാത്രിയിൽ.

ഓർക്കുമ്പോൾ ഇപ്പോഴും കുളിരാണ്
ഉയിരാകെ കനവിൽ കുതിർന്നൊരാരാത്രി

എന്നു തുടങ്ങുന്ന ഞാനെഴുതുന്ന പ്രണയഗാനം എത്ര മനോഹര മായാണ് ഒടുവിൽ ഈണം പകർന്നു കേൾപ്പിച്ചത്. പൂർണവും അപൂർണ വുമായ ഇത്തരം ഒരുപാടു പാട്ടുകളുടെ സ്വരപ്പെടുത്തിയ കടലാസുകൾ

88 ഒടുവിൽ: മായാത്ത ഭാവങ്ങൾ
ഇ ജയചന്ദ്രൻ

ഒടുവിൽ, ഹൈദ്രാലി, സത്യൻ അന്തിക്കാട്, നെടുമുടിവേണു

ഫയലിൽ വെച്ചാണ് ഞങ്ങൾ ഒന്നിച്ചുള്ള ലൊക്കേഷനിൽ ഒടുവിൽ വരാറുള്ളത്. ഒരിക്കൽ 10 പാട്ടുകൾ എഴുതി മുഴുവൻ സംഗീതം കൊടുത്തു തയാർ ചെയ്തിരുന്നു. അതൊരു കാസറ്റ് ആക്കണമെന്ന് ഉണ്ടായിരുന്നുവെങ്കിലും നടന്നില്ല.

ചെറുതും വലുതുമായ വേഷങ്ങളെ ഒരേ ഗൗരവത്തോടെയാണ് ഒടുവിൽ സമീപിച്ചിരുന്നത്. ഒരാസ്വാദകൻ അഥവാ നിരൂപകൻ എന്ന നിലയിൽ മാറിനിന്നു നോക്കുമ്പോൾ ഏതെങ്കിലും കഥാപാത്രത്തെ അമിതാഭിനയം കൊണ്ടു വഷളാക്കിയെന്നോ വേണ്ടത്ര ചെയ്യാത്തതുകൊണ്ട് ചെറുതാക്കിയെന്നോ ഒടുവിലിനെപ്പറ്റി പറയുകവയ്യ. പരിപാകമായ അഭിനയമായിരുന്നു ഒടുവിലിന്റേത്. അരങ്ങിലെ രംഗപരിചയം സാർഥകമായി സിനിമയിൽ ഉപയോഗിക്കാൻ അദ്ദേഹത്തിന് കഴിഞ്ഞു. ആംഗ്യവിക്ഷേപങ്ങളിലും ശബ്ദനിയന്ത്രണത്തിലും എല്ലാം കഥാപാത്രങ്ങൾക്കിണങ്ങുന്ന അഭിനയ സ്വഭാവം ഉണ്ണികൃഷ്ണനിൽ കാണാം. ജീവിതം അഭിനയകലക്കായി ഉഴിഞ്ഞുവക്കുകയും കൈവന്ന സന്ദർഭങ്ങൾ അങ്ങേയറ്റം സാർഥകമായി പ്രയോജനപ്പെടുത്തുകയും ചെയ്ത നടന്മാർ നമ്മുടെ ചരിത്രത്തിൽ വളരെ വിരളമാണ്. ആ പട്ടികയിൽ ഒന്നാമൻ തന്നെയാണ് ഒടുവിൽ.

മറയില്ലാത്ത സൗഹൃദത്തിന്റെ ഉടമയായിരുന്നു ഒടുവിൽ ഉണ്ണികൃഷ്ണൻ. ഇന്നപ്പോൾ വിളിക്കണമെന്നോ ഇത്രസമയം സംസാരിക്കണമെന്നോ നിയതമായ ചട്ടക്കൂടില്ലാത്ത സൗഹൃദമായിരുന്നു ഒടുവിലുമായുണ്ടായിരുന്നത്.. പ്രാരാബ്ധങ്ങൾ പറഞ്ഞ് മറ്റുള്ളവരെ ബോറടിപ്പിക്കുക എന്നത് ഒരിക്കൽ പോലും ഒടുവിൽ ചെയ്തിട്ടില്ല. ഇതും ഉണ്ണികൃഷ്ണന്റെ സ്വഭാവ സവിശേഷതയായിരുന്നു. മികച്ച അഭിനേതാവ്, സഹപ്രവർത്തകൻ, സുഹൃത്ത്, സഹോദരൻ, സാമൂഹ്യജീവി, ഇരുത്തം വന്ന കലാകാ

രൻ ഇങ്ങനെ ഒത്തിരിയൊത്തിരി അപൂർവചേരുവകളായിരുന്നു പ്രിയപ്പെട്ട ഉണ്ണിച്ചേട്ടൻ."

വേറിട്ട കാഴ്ചകൾ നമുക്കു സമ്മാനിച്ച പ്രശസ്ത നടനും എഴുത്തുകാരനുമായ ശ്രീ. വി കെ ശ്രീരാമൻ വേറിട്ടവാക്കുകളുടേയും ഉടമയാണ്. ഒടുവിലിന്റെ സുഹൃത്തും സഹപ്രവർത്തകനുമായിരുന്ന **ശ്രീ. വി കെ ശ്രീരാമൻ** ഒടുവിലിനെ ഓർക്കുന്നു.

ഒരു ടെലിവിഷൻ ചാനലിനുവേണ്ടിയുള്ള അഭിമുഖത്തിന്റെ ആലോചനക്കു ചെന്ന എന്നോട് ഒടുവിൽ ചോദിച്ചു "എന്താ നിങ്ങടെ വേറിട്ട കാഴ്ചാന്നു വെച്ചാ? എങ്ങനെയാണത് പ്ലാൻ ചെയ്യുന്നത്?"

"സിനിമയുടെ തിരക്കുകൾവിട്ട് ഉണ്ണിയേട്ടൻ വടക്കാഞ്ചേരിയിൽ തന്നെ തിരിച്ചെത്തിയിരിക്കയാണല്ലോ. പഴയകാലം ഓർക്കുകയും അതിന്റെ അനുഭവങ്ങൾ പറഞ്ഞുതരികയും ചെയ്യുന്ന രീതിയാണ് ഞാൻ ഉദ്ദേശിക്കുന്നത്. നമുക്ക് ഒരു ദിവസം കൊണ്ട് തീർക്കണം ഷൂട്ടൊക്കെ. വലിയ ബഡ്ജറ്റ് ഒന്നുമുള്ള പരിപാടിയല്ല. ന്യൂസ് പ്രോഗ്രാമാണ്."

ഒരു സിഗരറ്റ് എടുത്ത് കത്തിച്ച് ഉത്സാഹത്തോടെയായിരുന്നു മറുപടി.

"ശരി നമുക്കു ചെയ്യാം. ഡയാലിസിസ് ഇല്ലാത്ത ദിവസം നോക്കണം. പിന്നെ ഞാൻ പഠിച്ച സ്കൂൾ, വായനശാല, പണ്ടത്തെ അമ്പലപ്പറമ്പ്, റെയിൽവെ ട്രാക്കിനടുത്ത ഓവുപാലത്തിന്റെ പടിക്കെട്ട് അങ്ങനെ എല്ലാം അറേഞ്ചു ചെയ്യണം. മാധവേട്ടനും ഹൈഡ്രാലിയുമൊക്കെ വേണം. ഞാൻ നാളെ ഫോൺ ചെയ്യാം."

"നാളെ വിളിക്കണം." പോരുമ്പോൾ ഞാൻ ഓർമിപ്പിച്ചു. പിറ്റേദിവസം രാവിലെ വിളിവന്നു.

"നാളെ ഡയാലിസിസുണ്ട്. മറ്റന്നാൾ ആയ്ക്കോട്ടെ. ഷൂട്ടിംഗ് സെറ്റ് റെഡിയാണ്." ചിരിച്ചുകൊണ്ടാണ് അത്രയും പറഞ്ഞത്.

പിറ്റേദിവസം രാത്രി വീണ്ടും വിളിവന്നു.

"നാളെയല്ലേ ഷൂട്ടിംഗ് വെച്ചിരിക്കുന്നത്. നീ ഒരുകാര്യംകൂടി അറേഞ്ച് ചെയ്യണം. ഞാനതു പറയാൻ വിട്ടുപോയതാണ്."

"എന്താണത്?" ഞാൻ ചോദിച്ചു.

"കരിയിട്ടു കത്തിച്ച് സ്റ്റീമെഞ്ചിൻ കൊണ്ട് ഓടിക്കുന്ന ബസ്സ്. പണ്ടത്തെ ബസ്സൊക്കെ അങ്ങന്യാ. കരിബസ്സ് എന്നാണ് അതിനു പറയുക. എന്റെ ചെറുപ്പത്തിൽ തൃശൂർക്കെല്ലാം കരിബസ്സിലാണ് യാത്ര."

"ഉണ്ണിയേട്ടൻ തമാശ പറയുകയാണോ? അതൊക്കെ ബുദ്ധിമുട്ടാവില്ലേ?" അമ്പരപ്പോടെ ഞാൻ ചോദിച്ചു.

"അല്ലന്നേ, നിനക്കറിയാഞ്ഞിട്ടാ, കരിബസ്സില്ലെങ്കിൽ എന്റെ ചെറുപ്പകാലം എങ്ങനെ എടുത്താലും നന്നാവില്ല." ഉണ്ണികൃഷ്ണൻ വിട്ടുവീഴ്ചക്കു തയാറായില്ല.

"കരി കത്തിച്ച് ഓടിക്കുന്ന ബസ്സൊക്കെ ഇക്കാലത്ത് എവിടന്ന് കിട്ടാനാ ഉണ്ണികൃഷ്ണേട്ടാ?" ഞാൻ അൽപ്പം നിരാശയോടെ ചോദിച്ചു.

"പി എസ് എൻകാരുടെ അടുത്ത് അന്വേഷിച്ചാൽ മതി. അവിടെ

ഷഡ്ഡിൽ കാണും. ക്രൂഡോയിലും ഡീസലുമൊക്കെ വന്നപ്പോൾ കരിവണ്ടിയെല്ലാം ഷഡ്ഡിൽ കയറ്റിയിട്ടുണ്ടാവും. അന്വേഷിച്ചാ കിട്ടാതിരിക്കില്ല, ഉറപ്പാ."

"നോക്കട്ടെ." ഞാൻ ഫോൺ താഴെവച്ച് എന്താണു ചെയ്യേണ്ടതെന്നറിയാതെ കുറേനേരം ഇരുന്നു. കരിവണ്ടിയില്ലാതെ ഷൂട്ടിംഗ് നടക്കില്ലെന്നാണു പറയുന്നത്. ഒടുവിലൊരു ഉപായം തോന്നി. സത്യൻ അന്തിക്കാടിനെ വിളിച്ചു പറഞ്ഞു. "ഈ ആപത്തിൽ നിന്നും എങ്ങനെയെങ്കിലും കാപ്പാത്തണം." അങ്ങനെ സത്യൻ ഇടപെട്ടിട്ടാണ് കരിബസ്സിൽ നിന്ന് എന്നെ ഒഴിവാക്കിയത്.

ബുദ്ധിക്കും കൗശലത്തിനും മേൽക്കയ്യുള്ള ഈ ലോകത്ത് നിഷ്കളങ്കതയും സത്യസന്ധതയും സ്നേഹവായ്പുമെല്ലാം വിഡ്ഢിവേഷങ്ങളായാണ് പലപ്പോഴും ഗണിച്ചുപോരുന്നത്. അതുകൊണ്ടുതന്നെ മേൽപ്പറഞ്ഞ ദൗർബല്യങ്ങളൊന്നും ഇല്ലാത്ത ഒരു സമൂഹം വിസ്മയകരമായ വേഗത്തിൽ വളർന്നു പരക്കുന്നുമുണ്ട് ഈ ഭൂമിയിൽ, മരുഭൂമിപോലെ. വേണ്ടാതീനങ്ങളെല്ലാം വെടിഞ്ഞ് നായാട്ടും ഇരപിടുത്തവും ഐച്ഛികവിഷയങ്ങളായെടുത്ത് നാം സ്വാശ്രയവിദ്യയുടെ ഉൽപ്പന്നങ്ങളായി പുതിയ

വി കെ ശ്രീരാമനൊപ്പം

തലയുംമുറയും വാർത്തെടുക്കുന്നു. ഈ നായാട്ടുകാരുടെ സുരയും സോമയുമാണ് പണവും പ്രശസ്തിയും. എത്ര അനുഭവിച്ചാലും മതിവരാത്തതാണ് അതിന്റെ ലഹരി.

ആ ലഹരി എളുപ്പത്തിൽ ആസ്വദിക്കാം എന്ന ഉന്നത്തിൽ സിനിമയുടെ മായാലോകത്തിലേക്ക് കടന്നുവരുന്നവർ ഏറെയാണ്. എല്ലാ ഇന്ദ്രിയങ്ങളെയും സിനിമാലോകം മദോന്മത്തമാക്കുന്നു. എന്നാൽ ഓരോ അപരനും ശത്രുവാണിവിടെ. 'എന്റേത് തട്ടിയെടുക്കാൻ വന്നവൻ' എന്ന മട്ടിലാണ് പരസ്പരം കാണുന്നത്. കത്തി ഉള്ളിൽ ഒളിപ്പിച്ചുകൊണ്ട് ആലിംഗനം ചെയ്യുന്നു. അഭിവാദ്യങ്ങൾ അർപ്പിക്കുന്നു. ഓരോരുത്തരും തന്റെ തന്നെ പ്രചാരകനാവുന്നു. വിപണിയുടെ എല്ലാ ആധുനികതന്ത്രങ്ങളും മറ്റേതുരംഗത്തേക്കാളും വേഗത്തിൽ സിനിമയിൽ പ്രയോഗിക്കപ്പെടുന്നുണ്ട്.

ഇങ്ങനെയുള്ള ഒരു ബ്ലാക്ക് മാജിക് വേൾഡി'ലേക്കാണ് വെറുകയ്യോടെ, ഉൺമയും പൊയ്യും തിരിച്ചറിയാൻ കെൽപ്പില്ലാത്തൊരു നാട്ടിൻപുറത്തുകാരൻ ചെന്നുകയറിയത്. എന്താണ് പറയേണ്ടത്, എന്താണ് ചെയ്യേണ്ടത് എന്നു പ്ലാൻ ചെയ്തു പറയുകയും പ്രവർത്തിക്കുകയുമെന്നത് ഉണ്ണികൃഷ്ണനറിയില്ലായിരുന്നു. മനോവാക്കായങ്ങൾ പരസ്പരം വിയോജിച്ചു കണ്ടിട്ടില്ല. നിഷ്കളങ്കമായ ഒരു ഗ്രാമജീവിതത്തിന്റെ ശരീരഭാഷ, അതുതന്നെയാണ് ഒടുവിൽ ഉണ്ണികൃഷ്ണൻ. കാലോ കണ്ണോ മൂക്കോ പല്ലോ ഒന്നും സിനിമാക്കാരന്റെ സൗന്ദര്യ ബോധത്തിന് നിരക്കുന്നതായിരുന്നില്ല. നശിച്ചുകൊണ്ടിരിക്കുന്ന നമ്മുടെ ശുദ്ധമായ ഗ്രാമങ്ങൾ അവശേഷിപ്പിച്ച മനുഷ്യരിലൊരാളായിരുന്നു അദ്ദേഹം. കളരികെട്ടി, അഭിനയം പഠിച്ചാലൊന്നും ഒടുവിൽ ഉണ്ണികൃഷ്ണനോ, ശങ്കരാടിയോ മാമുക്കോയയോ കുതിരവട്ടം പപ്പുവോ ആയിത്തീരാൻ സാധ്യമല്ല എന്നാണ് എന്റെ പക്ഷം. ശ്രമിച്ചാൽ എല്ലാം ഒത്തുവന്നാൽ ചിലപ്പോൾ ഒരു ശിവാജിഗണേശൻ വരെ ആവാം.

നാടകീയമായ, വ്യാകരണനിബദ്ധമായ ചിട്ടയിലേക്ക് ഒടുവിലിനെപ്പോലൊരു നടനെ പകർന്നാടിക്കുക ശ്രമകരമാണ്. കാരണം സ്വന്തം ഇച്ഛാശക്തി ഒന്നുകൊണ്ട് അതങ്ങനെ പരിണമിച്ചുണ്ടായതാണ്. *ന്യൂഡൽഹി*പോലൊരു സിനിമയിൽ ഒടുവിൽ ഉണ്ണികൃഷ്ണൻ എന്ന നടന് ഒന്നും ചെയ്യാനില്ല. *പ്രയാണം* സിനിമയിൽ ശിവാജി ഗണേശനും എക്സ്ലൈമറ്റൈസ് ചെയ്യാൻ കഴിയില്ല.

എം ടി, എസ് കെ പൊറ്റക്കാട്ട്, ഉറൂബ്, ചെറുകാട്, വി കെ എൻ, ഒ വി വിജയൻ എന്നിങ്ങനെയുള്ളവരുടെ കഥാലോകത്തു കൂടെ സഞ്ചരിക്കുമ്പോഴാണ് ഒടുവിൽ ഉണ്ണികൃഷ്ണന്റെ ഭൂമിക നാമറിയുന്നത്. കാഞ്ഞിരപ്പള്ളിയിലെ എസ്റ്റേറ്റുടമ ചാക്കോച്ചന്റെ കുപ്പായം ധരിച്ചാൽ ഒടുവിൽ ഉണ്ണികൃഷ്ണന് ജീവഹാനി സംഭവിക്കും. ഈ പരിമിതിക്കുള്ളിൽ നിന്നുകൊണ്ടാണ് ആ ഗ്രാമീണനായ മനുഷ്യൻ ബദലുകളില്ലാത്ത നടനായി വളരുന്നത്.

ശുദ്ധഗതിക്കാരനായൊരു വടക്കാഞ്ചേരിക്കാരൻ ഉള്ളിൽ കൂമ്പിട്ട അഭിനയക്കമ്പവുമായി അരങ്ങിലും അണിയറയിലും ഏറെനാൾ അലഞ്ഞപ്പോൾ ഒടുവിൽ ഉണ്ണികൃഷ്ണനെന്ന നടനായിത്തീർന്നു. വടക്കാഞ്ചേരിയുടെ മണ്ണിന്റെ ഊറ്റമാണ് ആ നാട്യപ്രയോഗത്തിന്റെ ഇച്ഛാശക്തിയായി വർത്തിക്കുന്നത് എന്നതുകൊണ്ട് തന്നെയാണ് ഈ നടന് പകരംവെക്കാൻ മറ്റൊരാളില്ലാതെ പോകുന്നത്.

നിഴൽക്കുത്ത് പോലുള്ളൊരു സിനിമയിൽ ഒരുപക്ഷെ, സംവിധായകൻ ശ്രമിച്ചാൽ കൂടുതൽ മെച്ചപ്പെട്ടൊരു ഭൂമിക സൃഷ്ടിച്ചെടുക്കാനാവും, ഒടുവിലിന്റെ ആരാച്ചാരെക്കാളും. കാരണം *നിഴൽക്കുത്തിൽ* തനിക്കഭിനയിക്കാൻ കഴിയാത്തതുകൊണ്ട് മറ്റുള്ളവരെ ഉപയോഗിക്കുകയാണ് ഗോപാലകൃഷ്ണൻ. ആ സ്കൂളിൽ എല്ലാ നടീനടന്മാരും സംവിധായകന്റെ ടൂൾ മാത്രമാണ്. എന്നാൽ *ദേവാസുര*ത്തിലും *സർഗ*ത്തിലുമൊക്കെ ഒടുവിൽ കയ്യേൽക്കുന്ന ചെറുതെങ്കിലും വലിയ വേഷങ്ങൾ എത്രകാലം ശീർഷാസനത്തിൽ നിന്നാലും മറ്റൊരു നടനെക്കൊണ്ടും ചെയ്തൊപ്പിക്കാനാവില്ല.

പൂവ്വാംകുറുന്തലയും ചൂട്ടിപ്പരലും തവളക്കണ്ണൻ നെല്ലും താമരക്കോഴിയും നാടൊഴിഞ്ഞുപോകുന്നപോലെ മലയാളത്തിന്റെ മുദ്രകളോരോന്നായി അരങ്ങൊഴിഞ്ഞു പോവുകയാണ്. ഈ മലയാളിത്തം അൽപ്പം ബാക്കിനിൽക്കുന്നത് ഹരിഹരനിലും സത്യൻ അന്തിക്കാടിലുമൊക്കെയാണ്. ഒടുവിൽ ഉണ്ണികൃഷ്ണൻ എന്ന നടന്റെ ദേഹവിയോഗത്തിൽ പക്ഷാഘാതം വന്നവനെപ്പോലെ സത്യൻ വീണുപോകുന്നതിന്റെ കാരണവും ഇവിടെ കണ്ടെത്താം.

ചെറുവത്താണിയിൽനിന്ന് ഇപ്പോഴും വടക്കാഞ്ചേരിക്ക് ബസ്സുണ്ട്. പാതക്കിരുവശത്തും നിന്നുകൊണ്ട് ആലുകളും മാവുകളും കൈകോർത്ത മേൽത്തട്ടുള്ള വഴിയിലൂടെ ഞാൻ ആ ബസ്സിൽ കയറുന്നു. അവിടെച്ചെന്ന് മച്ചാട്ടുമലയിൽ കയറിനിന്നു നോക്കിയാലേ അറിയൂ, താഴ്വാരത്തെ ഏതിടവഴിയിലൂടെയാണ് ഉണ്ണികൃഷ്ണൻ നടന്നുപോയതെന്ന്.

വിദ്യാർഥി യുവജനപ്രസ്ഥാനത്തിലൂടെ പൊതുപ്രവർത്തനത്തിൽ കടന്നുവന്ന് നിരവധി തവണ പാലക്കാടിന്റെ പ്രതിനിധിയായി പാർലമെന്റിൽ എത്തിയ ഇടതുപക്ഷത്തിന്റെ കരുത്തനായ നേതാവാണ് ശ്രീ. എൻ എൻ കൃഷ്ണദാസ്. സ്വരലയയുടെ പ്രസിഡന്റ് കൂടിയായ ശ്രീ. കൃഷ്ണദാസ് പുരോഗമന, സാംസ്കാരിക പ്രവർത്തനങ്ങൾക്കും നേതൃത്വം നൽകുന്ന വ്യക്തിയാണ്. കമ്യൂണിസ്റ്റുകാരനായ കൃഷ്ണദാസ് കമ്യൂണിസ്റ്റ് അനുഭാവിയായിരുന്ന ഒടുവിൽ ഉണ്ണികൃഷ്മനുമായുള്ള *ഓർമകൾ* വെളിപ്പെടുത്തുന്നു.

എൻ എൻ കൃഷ്ണദാസ്: "ഉണ്ണിയേട്ടനുമായുണ്ടായ സുഹൃദ്ബന്ധം എന്ന് മുതലാണ് ആരംഭിച്ചത്; കൃത്യമായി ഓർത്തെടുക്കാനാവുന്നില്ല. എൺപതുകളുടെ അവസാനം ഡി വൈ എഫ് ഐ സംഘടിപ്പിച്ച മനുഷ്യക്കോട്ടയിൽ പങ്കാളിയാവാൻ ക്ഷണിക്കാൻ ചെല്ലുമ്പോൾ

ഇന്നസെന്റിനൊപ്പം

വെറും പരിചയം മാത്രമെ ഉണ്ടായിരുന്നുള്ളൂ. പിന്നീട് നിരന്തര സമ്പർക്കമായി. 1996 ലെ പൊതുതെരഞ്ഞെടുപ്പ് ആയപ്പോഴേക്കും നല്ല സൗഹൃദം തന്നെയായിക്കഴിഞ്ഞിരുന്നു. തെരഞ്ഞെടുപ്പിൽ പല സ്ഥലത്തും പ്രസംഗിക്കാൻ ഉണ്ണിയേട്ടൻ വന്നു. വെറുമൊരു സിനിമാഭിനയക്കാരനായിട്ടൊന്നുമല്ല. നല്ല മികച്ച രാഷ്ട്രീയ നിരീക്ഷകനായിട്ടായിരുന്നു എല്ലായിടത്തും ഉണ്ണിയേട്ടന്റെ സാന്നിധ്യം.

അർധരാത്രിക്കു ശേഷമായിരുന്നു ഉണ്ണിയേട്ടന്റെ ഫോൺ വിളികൾ മുഴുവൻ. മിക്കവാറും വളരെ വൈകീട്ട്. ചിലപ്പോഴൊക്കെ നീരസം തോന്നുമെങ്കിലും സംസാരിക്കാൻ തുടങ്ങിയാൽ അറിയാതെ അതിൽ മുഴുകിപ്പോകും. അന്നു സംഭവിച്ച എന്തെങ്കിലും ഒന്നിനെക്കുറിച്ചുള്ള സ്വന്തം നിരീക്ഷണം ശക്തമായിപ്പറയും. അതിൽ അന്താരാഷ്ട്രകാര്യങ്ങൾ മുതൽ പുറത്തുപരക്കുന്ന ഞങ്ങളുടെ ഉൾപ്പാർട്ടി പ്രശ്നങ്ങൾ വരെയുണ്ടാകും. വേണ്ടപ്പെട്ട ചിലർ പറഞ്ഞുകൊടുത്ത ഊഹാപോഹങ്ങൾവരെ ശരിയാണെന്ന മട്ടിൽ വാശിയോടെ വാദിക്കും. എന്നിട്ടു ഭീഷണിപോലെ പറയും. “നിങ്ങളൊന്നും ശരിയായി പോവുന്നില്ലെങ്കിൽ ഞങ്ങൾ ഇടപ്പെട്ടളയും. സൂക്ഷിച്ചോ – ഇവിടത്തെ ഇടതുപക്ഷം ഞങ്ങളെപ്പോലുള്ളവരുടെയാണ്. നിങ്ങളത് ശരിക്കു നടത്തണം. ഞങ്ങൾക്ക് നിരാശയുണ്ടാക്കരുത്.....” ശബ്ദം ഉയരുമ്പോൾ മിക്കവാറും ആരെങ്കിലും കുടുംബാംഗങ്ങൾ നിർബന്ധിച്ച് ടെലിഫോൺ വെപ്പിക്കുന്നത് ഇങ്ങേതലക്കൽ നമ്മളറിയാറുണ്ട്.

ഞങ്ങളുടെ പാർട്ടിയുടെ സംസ്ഥാന സമ്മേളനം 1998 ൽ പാലക്കാട് നടന്നു. ജില്ലയിലെ പ്രസ്ഥാന ചരിത്രം സൂചിപ്പിക്കുന്ന ഒരു ഹ്രസ്വചിത്രം നിർമിക്കാൻ ആലോചിച്ചു. സമ്മേളനത്തിന്റെ ഒരു സ്മരണിക കൂടിയായിരുന്നു അത്. പ്രസിദ്ധ ഡോക്യുമെന്ററി ചലച്ചിത്രകാരൻ സുഭാഷായിരുന്നു സംവിധാനം. രചനയും, നിർമാണച്ചുമതലയും, പാർട്ടി ജില്ലാ

കമ്മിറ്റി അംഗവും, എഴുത്തുകാരനുമായിരുന്ന സഖാവ് കെ ടി ഗോപിക്കായിരുന്നു. (ഗോപിയേട്ടനും ഇന്നില്ല.) ഒരു ദിവസം രാത്രി പതിവുപോലെ വളരെ വൈകി ഉണ്ണിയേട്ടൻ വിളിച്ചു. ഗോപി എന്നൊരാൾ നമ്മുടെ പാർട്ടിയിലുണ്ടോ? അയാൾ പാർട്ടി ജില്ലാ കമ്മറ്റി അംഗമാണെന്നൊക്കെ പറഞ്ഞാണ് നടക്കുന്നത്..... എന്നോടു ചോദിച്ചു. ഞാൻ പറഞ്ഞു...... "വെറുതെ പറഞ്ഞ് നടക്കുകയൊന്നുമല്ല; അദ്ദേഹം പാർട്ടി ജില്ലാ കമ്മിറ്റി അംഗവും പുരോഗമന കലാസാഹിത്യസംഘം പ്രസിഡന്റുമാണ്." എന്നാൽ ഉടനെ അയാളെ പാർട്ടിയിൽ നിന്നും പുറത്താക്കണം. ഉണ്ണിയേട്ടൻ ക്ഷുഭിതനായി. എന്തുണ്ടായി? ഞാൻ കുറച്ചു കഠിനമായി തന്നെ ചോദിച്ചു. ഒരു പാർട്ടി ജില്ലാ കമ്മിറ്റി അംഗത്തെക്കുറിച്ച് പാർട്ടിയിൽ ഇല്ലാത്തൊരാൾ ഇങ്ങനെ പറഞ്ഞത് അത്രക്കിഷ്ടമായിരുന്നില്ല.

"എന്റെ പാർട്ടി ഒരു ചിത്രം നിർമിക്കുമ്പോൾ അതിലഭിനയിക്കേണ്ടത് എന്റെ കടമയല്ലേ? അതിനെനിക്ക് അവൻ പണം ഓഫർ ചെയ്തിരിക്കുന്നു.... ഇവനൊക്കെ എന്നാ പാർട്ടിയായത്?..... ഞാനൊക്കെ പട്ടിണി കിടന്ന് പാർട്ടിക്കുവേണ്ടി നാടകം കളിച്ചിട്ടുണ്ട്... ആ എന്നെ ഇവൻ അപമാനിച്ചു. അവനെ ഇന്നുതന്നെ പുറത്താക്കണം." ഉണ്ണിയേട്ടൻ കൂടുതൽ രോഷാകുലനാകുകയായിരുന്നു. ഹ്രസ്വചിത്രമായിരുന്നെങ്കിലും രണ്ടു മൂന്നു ദിവസം ഉണ്ണിയേട്ടൻ ഇതിനായി നീക്കിവച്ചിരുന്നു. ശ്രീമതി കെ പി എ സി ലളിത, ശ്രീ. മാമുക്കോയ അങ്ങിനെ പലരുമുണ്ടായിരുന്നു. അതിനു പ്രതിഫലമായിട്ടൊന്നുമല്ല; യാത്രാചെലവും മറ്റും കണക്കാക്കി ചെറിയൊരു തുക ഒരു കവറിലാക്കി ഗോപിയേട്ടൻ അദ്ദേഹത്തിനു നൽകി. ഇതാണ് ഉണ്ണിയേട്ടനെ പ്രകോപിപ്പിച്ചത്. പിറ്റേദിവസം അവർ വളരെ സ്നേഹത്തിലുമായി.

പിന്നെയൊരിക്കൽ വീണ്ടും അർധരാത്രിക്കുശേഷം ഉണ്ണിയേട്ടൻ വിളിച്ചു. സ്വരലയ സെക്രട്ടറിയും ഉണ്ണിയേട്ടന്റെ വളരെ വേണ്ടപ്പെട്ടയാളു

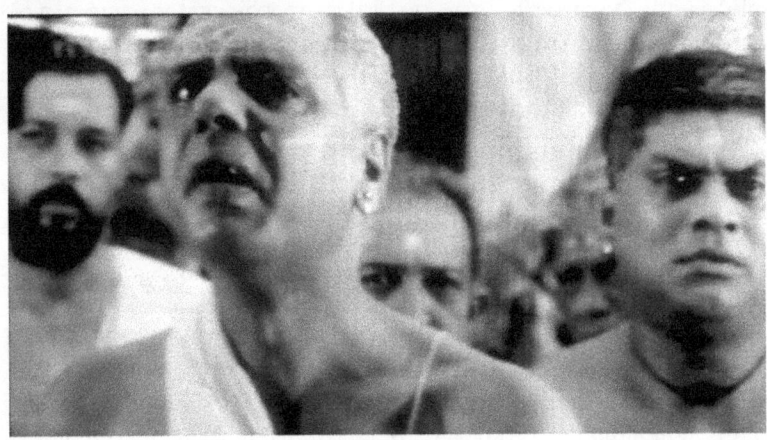

ജഗതി ശ്രീകുമാറിനൊപ്പം

മായ ടി ആർ അജയനെതിരെയായിരുന്നു അന്നത്തെ രോഷം. അസമയത്ത് ഫോണിൽ വിളിച്ച് എന്തോ പറയാൻ തുടങ്ങിയപ്പോൾ, ഉറക്കത്തിലായിരുന്ന അജയൻ, രാവിലെ സംസാരിക്കാമെന്നു പറഞ്ഞതായിരുന്നു രോഷകാരണം. പിറ്റേദിവസം ഒന്നും സംഭവിക്കാത്തപോലെ അവരൊരുമിച്ച് കാറിൽ പോകുന്നതും കണ്ടു.

സിനിമയിൽ ഉണ്ണിയേട്ടൻ ചെയ്ത ഏതാണ്ടെല്ലാ കഥാപാത്രങ്ങളും ഒരു തരത്തിലല്ലെങ്കിൽ മറ്റൊരു തരത്തിൽ ശുദ്ധാത്മാക്കളുടേതായിരുന്നു. ഗ്രാമ്യത കൈമോശം വരാത്ത ശുദ്ധാത്മാക്കൾ. ഇത് സ്വന്തം സ്വഭാവം തന്നെയായിരുന്നു. പറിച്ചുനട്ടതാണെങ്കിലും നല്ല നാടൻ പാലക്കാടൻ ശുദ്ധാത്മാവ്.

അസുഖം കലശലായപ്പോൾ വിളികുറഞ്ഞു. ഇടക്കിടക്ക് കാണാൻ പോകുമായിരുന്നു. ആഴ്ചയിൽ ഒരിക്കൽ ഡയാലിസിസ്. പിന്നീടത് രണ്ടൊക്കെയായി. പണച്ചെലവ് മാത്രമല്ല. ആൾസഹായവും വേണം. കേരളശ്ശേരിയിലെ സഖാക്കൾ സ്വന്തം കുടുംബാംഗത്തെപ്പോലെ ഒപ്പമുണ്ടായിരുന്നു. ലോക്കൽ സെക്രട്ടറി സജീവനോടു ചോദിക്കുമ്പോഴൊക്കെ പറയും – ഞങ്ങൾ ഒപ്പമുണ്ട്, കൂടുതൽ എന്തെങ്കിലും വേണ്ടിവന്നാൽ പറയാം.

കേരളശ്ശേരിയിലെ ഒഴിഞ്ഞവീട്ടിൽ ഉണ്ണിയേട്ടൻ നിവർന്നു കിടന്നിരുന്ന ചൂരൽകസേര ഇപ്പോഴും അങ്ങനെതന്നെ. കിടപ്പിന്റെ പാടുപോലും അങ്ങനെതന്നെയുണ്ട്. വേണ്ടപ്പെട്ടവരുടെ ഹൃദയത്തിലെന്നപോലെ."

മലയാളത്തിലെ ശ്രദ്ധേയനായ സംവിധായകൻ ശ്രീ. ലാൽജോസ് ഒടുവിൽ ഉണ്ണികൃഷ്ണനെ അനുസ്മരിച്ചുകൊണ്ട് അയച്ചുതന്ന ഹൃദ്യമായ ലേഖനമാണ് *ദൈവത്തിന്റെ തൊട്ടടുത്ത്*. **ലാൽജോസ്** എഴുതുന്നു:–

"1989 ആഗസ്റ്റ് മാസം, കോഴിക്കോടിനടുത്ത് മണ്ണൂർ എന്ന ഗ്രാമത്തിൽ പ്രാദേശികവാർത്തകൾ എന്ന സിനിമയുടെ ഷൂട്ടിംഗ് നടക്കുന്നു. ആദ്യമായി ഷൂട്ടിംഗ് കാണുന്നതിന്റെ അമ്പരപ്പിൽ അസിസ്റ്റന്റ് ഡയറക്ടർ അപ്രന്റീസ് ലാൽജോസെന്ന ഞാൻ സ്ക്രീനിൽ മാത്രം കണ്ടിട്ടുള്ള നടീനടന്മാരെ അടുത്തുകണ്ട് അന്തംവിട്ടുനിൽക്കുമ്പോൾ തോളിൽ ഒരു കരസ്പർശം.... തിരിഞ്ഞുനോക്കുമ്പോൾ, റെയ്ബാൻകൂളിംഗ് ഗ്ലാസുവെച്ച് മെറൂണിൽ കറുത്ത ചെക്ക്സുള്ള ലുങ്കിയുടുത്ത്, ഫുൾ സ്ലീവ് ക്രീം ഷർട്ട് മുട്ടിനു മീതെ തെറുത്തുവച്ച്, വിരലുകൾക്കിടയിൽ എരിയുന്ന ഗോൾഡ് ഫ്ളേക്ക് സിഗരറ്റുമായി നല്ല പരിചയമുള്ള രൂപം.

കമലിന്റെ പുതിയ അസിസ്റ്റന്റ് ആണല്ലേ?

ഇയാളെ എവിടെവച്ചാണ് പരിചയപ്പെട്ടത്?

ഒറ്റപാലത്തെ പരിചയമുള്ള മധ്യവയസ്കരുടെ മുഴുവൻ മുഖങ്ങളും ഒരുനിമിഷം കൊണ്ട് മനസ്സിൽ നിരന്നു നിന്നു.

മറുപടി പറയാൻ വൈകിയപ്പോൾ ചിരിച്ചുകൊണ്ട് അടുത്ത ഡയലോഗ് "അല്ല പെരുവണ്ണാപുരത്തെ വിശേഷങ്ങൾക്ക് കണ്ടിട്ടില്ല!..."

പെട്ടെന്ന് ആളെ പിടികിട്ടി; ഒടുവിൽ ഉണ്ണികൃഷ്ണൻ!

സത്യൻ അന്തിക്കാടിന്റെ ഏതോ സിനിമയിൽ നിന്നോ, ഒറ്റപ്പാലത്തെ

ഏതോ ചായക്കടയിൽ നിന്നോ ഇറങ്ങിവന്നതുപോല,! പിന്നെ മലവെള്ളപ്പാച്ചിൽപോലെ ചോദ്യങ്ങളായിരുന്നു. എന്താ പേര്? എവിടെയാവീട്? ഏതുവരെ പഠിച്ചു? അച്ഛനും അമ്മയും എന്തുചെയ്യുന്നു?

ഒറ്റപ്പാലത്താണെന്റെ വീടെന്നറിഞ്ഞപ്പോൾ (ഉണ്ണിയേട്ടനെക്കുറിച്ചോർക്കുമ്പോൾ, പിന്നീടെപ്പോഴും ഓർമയിൽ വരുന്ന) നിഷ്കളങ്കമായ ആ ചിരി മുഖത്തു നിറച്ച്... അപ്പോ നമ്മുടെ നാട്ടുകാരനാ....ല്ലേ?

പിന്നെ, തറവാട്ടിലെ കുട്ടിക്ക് കാരണവർ കൊടുക്കുന്നപോലെ സ്നേഹമസൃണമായ ഉപദേശങ്ങളുടെ പ്രവാഹമായിരുന്നു. സിനിമയിൽ ശ്രദ്ധിക്കേണ്ടകാര്യങ്ങൾ, സിനിമാക്കാരോട് പെരുമാറുമ്പോൾ പാലിക്കേണ്ട ചിട്ടവട്ടങ്ങൾ എന്നിങ്ങനെ പോയി അത്.

സിനിമയിൽ പയറ്റിത്തെളിഞ്ഞ ഒരു നടൻ, ആദ്യമായി അസിസ്റ്റന്റ് ഡയറക്ടറാവാനെത്തിയ എന്നോടു കാണിച്ച പരിഗണനയും സ്നേഹവും അന്ന് എന്നെ അത്ഭുതപ്പെടുത്തി.

പിന്നീട് വർഷങ്ങൾക്കുശേഷം ഉണ്ണിയേട്ടനോട് എന്തും ചോദിക്കാനുള്ള അടുപ്പവും സ്വാതന്ത്ര്യവും ഉണ്ടായകാലത്ത് ഞാനിതിനെക്കുറിച്ച് ചോദിച്ചു.

സ്വതസിദ്ധമായ ചിരിയോടെയായിരുന്നു മറുപടി. എന്താന്നറിയില്ല, നിനക്ക് എന്റെ ചേട്ടന്റെ മകന്റെ നല്ല ഛായ തോന്നിച്ചു.......

പിന്നീട്, ഞാൻ അസിസ്റ്റന്റായും അസോസിയേറ്ററായും വർക്ക് ചെയ്ത പല സിനിമകളിലും ഉണ്ണിയേട്ടൻ അഭിനയിച്ചു. ഞാൻ സ്വതന്ത്രസംവിധായകനായശേഷം എന്റെ പല കഥാപാത്രങ്ങൾക്കും ഉണ്ണിയേട്ടൻ ജീവൻ കൊടുത്തു.

മീശമാധവൻ ഷൂട്ടുചെയ്തത് കൊടും വേനൽക്കാലത്തായിരുന്നു. കടും ചൂടുള്ള ഒരു പകൽ ഔട്ട്ഡോർഷൂട്ടിംങ്ങിനിടയിൽ ഉണ്ണിയേട്ടനെ കുറച്ചു സമയം കാണാതെയായി. എവിടെ ഉണ്ണിയേട്ടൻ എന്നു ഞാൻ അന്വേഷിക്കുമ്പോൾ, തുളയിട്ട ഒരു ചെറുനാരങ്ങയുടെ നീരുനുണഞ്ഞുകൊണ്ട് ഉണ്ണിയേട്ടൻ മുൻപിൽ: ഞാനിവിടെയുണ്ടായിരുന്നു." ചെറുനാരങ്ങനീരിന് ഒളിപ്പിക്കാനാവാത്ത ബീയറിന്റെ മണം!

ഉണ്ണ്യേട്ടാ, ചെറുനാരങ്ങാ തോറ്റൂട്ടോ! എന്നു ഞാൻ പറഞ്ഞപ്പോൾ മുഖമൊന്ന് കുടഞ്ഞ് "ഹൗ എന്താ ചൂട്..... താങ്ങാൻ പറ്റ്ണില്ല്യാ., ഒരൊറ്റഗ്ലാസ്.... അത്രേയുള്ളൂ." എന്ന് മറുപടി പറയുന്ന ഉണ്ണ്യേട്ടന്, കുസൃതി കാട്ടിയതിന് പിടിക്കപ്പെട്ട എൽ പി സ്കൂൾ വിദ്യാർഥിയുടെ മുഖം.

പിന്നീട് *മീശമാധവൻ* വൻവിജയമായി പ്രദർശിപ്പിക്കുമ്പോൾ ഉണ്ണിയേട്ടന്റെ ഫോൺകോൾ. ഈ വിജയത്തിന്റെ ഭാരം ചുമക്കാൻ തയ്യാറെടുത്തോളൂ... അടുത്ത കുറെ പടങ്ങൾക്ക് ഈ വിജയം ബാധ്യതയാകും. സൂക്ഷിക്കണം.

വേണ്ടത്ര വിജയിക്കാതെ പോയ മറ്റൊരു സിനിമയുടെ റിലീസിനുശേഷം, മാനസികമായി തളർന്നിരിക്കുന്ന ദിവസങ്ങളിലൊന്നിൽ ഉണ്ണിയേട്ടന്റെ ഫോൺകോൾ. നീ വിഷമിക്കേണ്ട നിനക്ക് പണിയറിയാമെന്ന്

ഒടുവിൽ: മായാത്ത ഭാവങ്ങൾ
ഇ ജയചന്ദ്രൻ

ലാൽ അമേരിക്കയിൽ എന്ന ചിത്രത്തിൽ മോഹൻലാലിനൊപ്പം

ഇവിടെ എല്ലാവർക്കും അറിയാം. വലിയ സംവിധായകരുടെ എത്ര സിനിമകൾ പൊട്ടിപ്പോയിരിക്കുന്നു.

സ്നേഹസമ്പന്നനായ തറവാട്ടുകാരണവരുടെ മുന്നിലെ കുട്ടിയായിപ്പോയ നിമിഷങ്ങൾ...

ഞാൻ കടലിനെ പശ്ചാത്തലമാക്കി അത്ഭുതവിളക്ക് എന്ന സിനിമ പ്ലാൻ ചെയ്തപ്പോൾ ഉണ്ണിയേട്ടന് അതിൽ ഒരു നല്ല വേഷം ഉണ്ടായിരുന്നു. അന്നത്തെ സിനിമാ ബന്ദ് നിമിത്തം ആ സിനിമ സമയത്തിനു ചിത്രീകരിക്കാൻ പറ്റിയില്ല. പിന്നീട് ചാന്തുപ്പൊട്ട് എന്ന പേരിൽ ഒരു വർഷത്തിനുശേഷം ആ സിനിമയുടെ ചിത്രീകരണം തുടങ്ങാനിരിക്കവേ ഉണ്ണിയേട്ടന് അസുഖം മൂർച്ഛിക്കുകയും ഡയാലിസിസിനായി എറണാകുളം മെഡിക്കൽ ട്രസ്റ്റിൽ പ്രവേശിപ്പിക്കുകയും ചെയ്തിരുന്നു. അന്ന് ഉണ്ണി യേട്ടനെ കാണാൻ ചെന്നപ്പോൾ ആ അസുഖക്കിടക്കയിലും എന്നോടുള്ള ആദ്യത്തെ ചോദ്യം, മെയ്ൻ മുക്കുവൻ എന്നാണ് എത്തേണ്ടതെന്നായിരുന്നു.

ഉണ്ണിയേട്ടന്റെ അന്നത്തെ ആരോഗ്യസ്ഥിതിവച്ച് കടപ്പുറത്തെ ചുട്ടുപൊള്ളുന്ന വെയിലത്ത് വർക്ക് ചെയ്യുന്നത് ബുദ്ധിമുട്ടാവില്ലേയെന്ന് ഞാൻ ചോദിച്ചു.

ഇടയ്ക്ക് പത്തുദിവസം ഒന്നുഷാറായി കിട്ടിയാൽ മതി. ഞാനങ്ങെത്തിയില്ലേ എന്നായിരുന്നു ഉണ്ണിയേട്ടന്റെ മറുപടി. പക്ഷെ ആ സിനിമയിൽ ഉണ്ണിയേട്ടന് അഭിനയിക്കാൻ സാധിച്ചില്ല. ചാന്തുപൊട്ടിന്റെ ഷൂട്ടിംഗ് കഴിഞ്ഞ് വീട്ടിലേക്കു തിരിച്ച് പോകവേ, ഞാൻ ഉണ്ണിയേട്ടനെ ഫോണിൽ വിളിച്ച് ആവശ്യമെന്തെങ്കിലും ഉണ്ടോയെന്ന് അന്വേഷിച്ചു. അപ്പോൾ സിനിമാരംഗത്ത് തന്റെ അതേ അസുഖമുള്ള മറ്റൊരാളുടെ കാര്യം പറഞ്ഞുകൊണ്ട് അയാളെ സഹായിക്കാനായിരുന്നു ഉപദേശം. ഒപ്പം ഒരു കമന്റ് കൂടി. നിന്റെ കാശ് എനിക്ക് ബാങ്കിൽ കിടക്കുന്നതുപോലെയല്ലേ എപ്പോ വേണമെങ്കിലും എടുക്കാലോ.

അച്ഛനുറങ്ങാത്ത വീടിന്റെ സമയത്ത് ഞാൻ വീണ്ടും ഉണ്ണിയേട്ടനെ വിളിച്ചു. കൊടും തണുപ്പുള്ള മലമുകളിലാണ് ഷൂട്ടിങ്ങ് എന്നും അടുത്തെങ്ങും നല്ല ഹോസ്പിറ്റലുകളില്ലെന്നും അതിൽ വർക്കു ചെയ്താൽ ഉണ്ണിയേട്ടന്റെ ഡയാലിസിസ് മുടങ്ങുമെന്നും വിശദീകരിച്ചു. പെട്ടെന്ന് മറുപടി വന്നു. അതൊന്നും സാരല്ല്യ. സത്യന്റെ പടത്തിൽ ഞാൻ അഭിനയിക്കുന്നുണ്ട്. പറ്റിയവേഷം ഒത്തുവന്നൂച്ചാ നിന്റെ അടുത്തപടത്തിൽ എനിക്കും കൂടണംട്ടോ...

ഇനി എന്റെ സിനിമയിൽ ഒരു വേഷം ചെയ്യാൻ ഉണ്ണിയേട്ടൻ എന്റെ ലൊക്കേഷനിലെത്തില്ല. എന്റെ കുറ്റം പറയുന്നവരോട് വഴക്കടിക്കാനും എനിക്കുവേണ്ടി വാദിക്കാനും ഉണ്ണിയേട്ടൻ ഉണ്ടാവില്ല. പക്ഷെ, എനിക്കുവേണ്ടിയും എന്റെ സിനിമകൾക്കുവേണ്ടിയും വഴക്കടിക്കാനും വാദിക്കാനും ഇനി എന്നും ദൈവത്തിന്റെ തൊട്ടടുത്ത് ഉണ്ണിയേട്ടനുണ്ടാവും!

പാലക്കാട്ടെ കലാ സാംസ്കാരിക പ്രവർത്തനങ്ങളുടെ നെടുംതൂണും, സ്വരലയ സെക്രട്ടറിയും കൈരളി ടി വിയുടെ എക്സിക്യൂട്ടീവ് ഡയറക്ടറുമായ **ശ്രീ. ടി ആർ അജയൻ** തന്റെ പ്രിയസുഹൃത്തിനെ അനുസ്മരിക്കുന്നു.

“കലാ-സാംസ്കാരിക-ചലച്ചിത്ര രംഗങ്ങളിലെ ഒട്ടേറെ പ്രഗത്ഭരുടെ സൗഹൃദം കൊണ്ട് സമ്പന്നമായ എന്റെ ജീവിതത്തിൽ ഗ്രാമീണ നൈർമ്മല്യം തുളുമ്പുന്ന തീർത്തും സുതാര്യമായ പെരുമാറ്റം കൊണ്ടും തികഞ്ഞ ആത്മാർഥത കൊണ്ടും ഞാൻ നെഞ്ചോടു ചേർത്തുവെക്കുന്ന ഏറ്റവും വിലമതിക്കുന്ന സുഹൃത്താണ് ഒടുവിൽ ഉണ്ണികൃഷ്ണൻ.

സ്വാഭാവികമായ അഭിനയ ശൈലികൊണ്ടും വള്ളുവനാടൻ ചുവയുള്ള സംസാരം കൊണ്ടും നാട്ടിൻ പുറത്തുകാണുന്ന ചില വാലിയക്കാരുടെ മട്ടിലുള്ള സ്വഭാവ പ്രകൃതം കൊണ്ടും അതിഭാവുകത്വങ്ങൾ ഇല്ലാത്ത അനായാസമായ അഭിനയപാടവം കൊണ്ടും അമ്പരിപ്പിക്കുന്ന ശരീരഭാഷകൊണ്ടും അനിതരസാധാരണമായ സംഭാഷണ ശൈലി കൊണ്ടും ഒടുവിൽ ആവിഷ്ക്കരിച്ച അനവധി കഥാപാത്രങ്ങൾ നമ്മെ

ഇന്നും പിന്തുടരുന്നുണ്ട്. അദ്ദേഹത്തിന് പുരസ്കാരങ്ങൾ സമ്മാനിച്ച *കഥാ പുരുഷൻ, തൂവൽകൊട്ടാരം, നിഴൽക്കുത്ത്* എന്നീ ചലച്ചിത്രങ്ങളിലെ കഥാപാത്രങ്ങളോടൊപ്പം *ഗുരുവായൂർ കേശവനി*ലെ പാപ്പാൻ, *ശരപഞ്ജ രത്തി*ലെ സുബ്ബയ്യൻ, *ദേവാസുരത്തി*ലെ പെരിങ്ങോടൻ, *അപ്പുണ്ണി*യിലെ കുറുപ്പു മാഷ്, *വരവേൽപ്പി*ലെ നാരായണൻ, *സന്ദേശത്തി*ലെ അച്ചുതൻ നായർ, *മഴവിൽക്കാവടി*യിലെ കുഞ്ഞാപ്പു, *അനിയൻ ബാവ ചേട്ടൻ ബാവ*യിലെ ഈശ്വരപിള്ള, *പാഥേയത്തി*ലെ കീഴ്ശ്ശേരി നമ്പൂതിരി,

*ഞങ്ങൾ സന്തുഷ്ടരാണി*ലെ അച്ഛൻ, *രസതന്ത്രത്തി*ലെ ഗണേഷൻ ചെട്ടിയാർ, *ആറാം തമ്പുരാനി*ലെ അച്ഛൻ, *ഒരു ചെറുപുഞ്ചിരിയി*ലെ മാഷ് തുടങ്ങി അനേകം കഥാപാത്രങ്ങൾ നമ്മെ മോഹിപ്പിച്ചവയും മലയാള ചലച്ചിത്ര ലോകത്തിന്റെ അഭിനയത്തികവ് ഓർമിപ്പിക്കുന്നവയുമായിരുന്നു.

കലാമണ്ഡലം വാസുദേവപ്പണിക്കരുടെ ശിഷ്യത്വത്തിൽ സംഗീത പഠനം നടത്തുകയും മൃദംഗത്തിലും തബലയിലും കൃത്യമായ പ്രാവീണ്യം നേടുകയും ചെയ്ത ഒടുവിൽ, വടക്കാഞ്ചേരിയിലെ സുഹൃത്തുക്കളായ പി എൻ മേനോന്റെയും ഭരതന്റേയും കലാമണ്ഡലം ഹൈദരാലിയുടേയും കലയുടെ വഴി തിരഞ്ഞെടുത്ത ഒടുവിൽ കലാവേദിയിലൂടെ, കലാനിലയത്തിലൂടെ, കെ പി എ സിയിലൂടെ നാടകരംഗത്ത് തന്റെ അഭിനയപാടവം തെളിയിച്ചു. തുടർന്ന് പി എൻ മേനോന്റെ *ദർശന*ത്തിലൂടെ ചലച്ചിത്രരംഗത്ത് പ്രാരംഭം കുറിച്ച ഒടുവിൽ ഒരു നടൻ മാത്രമായിരുന്നില്ല. ഒട്ടേറെ ഗാനങ്ങൾക്ക് സംഗീതം നൽകിയ സംഗീതജ്ഞനും ഗായകനും കൂടിയായിരുന്നു. പി ജയചന്ദ്രൻ പാടിയ ശ്രീ പാദം എന്ന കാസറ്റ് ഒന്നു മാത്രം മതി അദ്ദേഹത്തിന്റെ സംഗീതജ്ഞാനം വെളിപ്പെടുത്താൻ.

ഒടുവിലുമായുള്ള എന്റെ സൗഹൃദത്തിന്റെ ആരംഭം 1980 കളിലാണ്. അന്തരിച്ച പ്രിയ സുഹൃത്ത് വിനു ആനന്ദ് ആണ് ഒരു ദിവസം ഒടുവിലിനേയും കൂട്ടി വീട്ടിലെത്തിയത്. അത് ആത്മാർഥതയും അർപ്പണബോധവും ഒത്തിണങ്ങിയ ഒരു വലിയ സുഹൃദ്ബന്ധത്തിന്റെ തുടക്കമായിരുന്നു. സുഖദുഃഖങ്ങൾ പരസ്പരം പങ്കിടുന്നതിലേക്കും കുടുംബകാര്യങ്ങളും ഔദ്യോഗികകാര്യങ്ങളും ചലച്ചിത്ര ലോകത്തെ അനുഭവങ്ങളും മറ്റു കലാനുഭവങ്ങളും അന്യോന്യം പങ്കുവെക്കുന്നതിലേക്കും ഏറെ വൈകാതെ ഈ ബന്ധം വളർന്നു. എവിടെയായാലും ആഴ്ചയിലൊരിക്കലെങ്കിലും ഫോണിൽ ബന്ധപ്പെടാൻ ഒടുവിൽ ശ്രമിച്ചിരുന്നു. വിനു ജീവിച്ചിരുന്നതുവരെ മാസത്തിൽ ഒരിക്കലെങ്കിലും മണിക്കൂറുകൾ ഒന്നിച്ച് ചിലവഴിക്കുന്ന സരസമായ സായാഹ്നങ്ങൾ പതിവായിരുന്നു. പഴയ നാടകാനുഭവങ്ങളുടേയും ഫലിതസമ്മിശ്രമായ രസകരമായ അനുഭവങ്ങൾ പൊടിപ്പും തൊങ്ങലും വെച്ച് ഒടുവിൽ അവതരിപ്പിക്കുമ്പോൾ സമയം പോകുന്നത് അറിയുമായിരുന്നില്ല. പലപ്പോഴും ഈ സൊറ പറച്ചിൽ പാതിരയോളം നീണ്ടുപോകുമായിരുന്നു. പല പ്രഗത്ഭരുടേയും യാഥാർഥ മുഖം അദ്ദേഹം സരസമായി അവതരിപ്പിക്കുമായിരുന്നു. ഈ സായാഹ്നങ്ങൾ എന്റെ ജീവിതത്തിലെ ഏറ്റവും ധന്യമായ നിമിഷങ്ങളിൽ ചിലതായി എന്നും മനസിലുണ്ടാവും.

1997 ൽ *സ്വരലയ* പാലക്കാട് ആരംഭിക്കുന്നതോടെ ഈ ബന്ധം കൂടുതൽ ദൃഢമായി. *സ്വരലയ*യുടെ ആവിർഭാവം മുതൽ അദ്ദേഹത്തിന്റെ മരണംവരെ *സ്വരലയ*യുടെ ഉപദേശകനും രക്ഷാധികാരിയുമായി ഒടുവവിൽ ഏപ്പോഴുമുണ്ടായിരുന്നു. പരിപാടികൾ തീരുമാനിക്കുന്നതിനും അതിൽ കലാകാരന്മാരുടേയും ചലച്ചിത്ര പ്രതിഭകളുടേയും സാന്നിധ്യം

ഉറപ്പാക്കുന്നതിനും നിർവഹിച്ച സേവനം നിസ്സീമമാണ്. പരിപാടികളുടെ നിലവാരം ഉന്നതമായിത്തന്നെ നിലനിർത്തുന്നതിനു വേണ്ടി നടന്ന ചർച്ച കളിലെല്ലാം പ്രസിഡന്റ് എൻ എൻ കൃഷ്ണദാസിനൊപ്പം ഒടുവിലി ന്റേയും സാന്നിധ്യവും വിലപ്പെട്ട നിർദേശങ്ങളുമുണ്ടായിരുന്നു.

സ്വരലയയുടെ പരിപാടികൾക്ക് വേണ്ട ഉപദേശം നൽകാൻ സത്യൻ അന്തിക്കാട്, ലോഹിതദാസ്, മുരളി, കെ ജി ജോർജ്ജ് എന്നീ പ്രശസ്തരെ നിർബന്ധിച്ചതും അവരെ പ്രധാന പരിപാടികളിലെല്ലാം പങ്കെടുപ്പിച്ചതും ഒടുവിലിന്റെ നിരന്തരമായ പരിശ്രമഫലമായിരുന്നു. *സ്വരലയ* പരിപാടിക്ക് ഇവർ എത്തിയപ്പോഴൊക്കെ സൗഹൃദത്തിന്റെ എന്നും ഓർമയിൽ നിൽ ക്കുന്ന കൂടിച്ചേരലുകളുടെ സായാഹ്നങ്ങൾ സമ്മാനിക്കാൻ മുന്നിൽ നിന്നതും അദ്ദേഹമായിരുന്നു. ലോഹിയോടും മുരളിയോടുമൊപ്പം ഒടു വിൽ ഓർമകളുടെ ചെപ്പ് തുറന്ന് രാത്രി മുഴുവൻ സംഭാഷണത്തിലേർപ്പെട്ട ഒട്ടേറെ ദിനങ്ങൾ മനസ്സിൽ സൂക്ഷിക്കുന്നുണ്ട്.

കുടുംബകാര്യങ്ങൾ ഇടക്കൊക്കെ വന്ന് ചർച്ച ചെയ്യുകയും പ്രശ്ന ങ്ങൾ പങ്കുവെക്കുകയും ചെയ്യുക അദ്ദേഹത്തിന്റെ പതിവായിരുന്നു. പ്രശ്നങ്ങൾ ഒട്ടും ഒളിക്കാതെ അവതരിപ്പിക്കുകയും പരിഹാരങ്ങൾ നിർദേ ശിച്ചാൽ ഉടനെ അത് നടപ്പിലാക്കുകയും ചെയ്യുന്നത് ഓർക്കാതെ വയ്യ. മക്കളുടെ വിവാഹക്കാര്യത്തിലും തുടർ നടപടികളിലുമെല്ലാം ഈ ചർച്ച കൾ സന്തോഷകരമായ നിർദേശങ്ങളിൽ അവസാനിച്ചത് ഇന്നും ഓർമ യിലുണ്ട്.

പുതിയ ചലച്ചിത്രങ്ങളിൽ അഭിനയിക്കാൻ അവസരം ലഭിച്ചപ്പോ ഴൊക്കെ വിളിച്ചറിയിക്കുകയും ലൊക്കേഷനിൽ നിർബന്ധമായും ചെല്ല ണമെന്ന് പറയുകയും ചെയ്യുമായിരുന്നു. ചിലപ്പോഴൊക്കെ സുഹൃത്തു ക്കളോടൊപ്പം പോവുകയും ചെയ്തിരുന്നു.

പലപ്പോഴും അർധരാത്രികളിൽ ഫോൺ വരും. ദീർഘനേരം സംസാ രിക്കും. ഒരിക്കൽ മറ്റെന്തോ എന്നെ അലട്ടിയിരുന്ന ഒരു രാത്രിയിൽ ഒരു മണിക്കുശേഷം അദ്ദേഹം വിളിച്ചു. 15 മിനുട്ട് സംസാരത്തിനുശേഷം ഞാൻ ഫോൺ കട്ട് ചെയ്തു. വീണ്ടും വിളിച്ചപ്പോൾ ഞാനെടുത്തില്ല. ഒട്ടേറെ പരിഭവത്തോടെ അപ്പോൾത്തന്നെ എൻ എൻ കൃഷ്ണദാസിനെ വിളിച്ച് അദ്ദേഹം പരാതി പറഞ്ഞു. ഒരു നല്ല സുഹൃത്ത് ഒരിക്കലും ചെയ്യാൻ പാടില്ലാത്തതാണ് ഞാൻ ചെയ്തതെന്ന് പറഞ്ഞ് എന്നെ കുറെ ചീത്ത വിളിച്ചു. അതിരാവിലെ ദാസ് എന്നെ വിളിച്ച് കാര്യം പറഞ്ഞു. ക്ഷമചോ ദിക്കാൻ ഞാൻ തയാറെടുക്കുന്നതിനു മുൻപുതന്നെ ഒടുവിൽ വീണ്ടും വിളിക്കുന്നു - ഒന്നും സംഭവിച്ചിട്ടില്ലാത്തതുപോലെ സ്നേഹമസൃണമായ പുഞ്ചിരിയോടെ സംസാരിക്കുന്നു. അത്ര നിർമലമായിരുന്നു ആ മനസ്സും സ്നേഹാധിക്യവും.

ഓർമകൾ ഒരിക്കലും മരിക്കുകയില്ല. അദ്ദേഹം എനിക്ക് സമ്മാനിച്ച സ്നേഹത്തിന്റെയും നർമങ്ങളുടേയും സൗഹാർദത്തിന്റേയും ധന്യമായ നിമിഷങ്ങൾ മറക്കാൻ എനിക്കൊട്ടും കഴിയുകയുമില്ല. ഒപ്പം അദ്ദേഹം

നമുക്ക് നൽകിയ കഥാപാത്രങ്ങളും - പ്രത്യേകിച്ച് ഒടുവിലിന്റെ അഭിനയ പ്രതിഭയെ മുഴുവൻ സഹൃദയ സമക്ഷത്തിന് സമ്മാനിച്ച് നിരപരാധികളെയും കുറ്റവാളികളേയും തൂക്കി കൊല്ലേണ്ടിവരുന്ന ആരാച്ചാരുടെ മാനസിക സംഘർഷങ്ങളുടെ നിശബ്ദമായ അന്വേഷണമായിരുന്നു അടൂർ ഗോപാലകൃഷ്ണന്റെ *നിഴൽക്കൂത്തിലെ* കാളിയപ്പന്റെ വേഷം.

ഒടുവിലിന്റെ ഓർമകൾക്ക് മുന്നിൽ സ്നേഹത്തിന്റെയും സൗഹൃദത്തിന്റെയും അഞ്ജലികൾ അർപ്പിക്കുന്നു."

അനുബന്ധം 1

കുഞ്ഞാപ്പു
സത്യൻ അന്തിക്കാട് / താഹമാടായി

സിനിമയുടെ പുറം പറമ്പിലെവിടെയോ ആയിരുന്നു ആദ്യകാലങ്ങളിൽ ഒടുവിൽ ഉണ്ണികൃഷ്ണൻ. വിസ്തൃതമായ ആ പറമ്പിലേക്ക് പ്രേക്ഷകരെത്തുംവരെ ഉണ്ണിയേട്ടൻ കാത്തിരുന്നു.

നെടുമുടിവേണുവും ഗോപിയും ഒരു പ്രത്യേക ക്ലാസിൽപ്പെടുന്ന സിനിമകളിൽ അഭിനയിച്ചുകൊണ്ടിരുന്ന കാലത്താണ് ഞാൻ *അപ്പുണ്ണി* എന്ന സിനിമയെടുക്കുന്നത്. വി കെ എൻ എഴുതിയ കഥയും തിരക്കഥയും ആധാരമാക്കി ഒരു സിനിമ എന്നത് വലിയൊരു വെല്ലുവിളിയായിരുന്നു. വേറൊരു മാധ്യമത്തിനും പിന്തുടരാൻ കഴിയാത്തവിധം മൗലികവും നിശിതവുമാണ് വി കെ എന്നിന്റെ ഭാഷയും ഘടനയും. സിനിമ എന്നത് വിട്ടുവീഴ്ചയുടെ കലയാണ്. മുതൽമുടക്കുന്നയാളുടെ ലാഭമോഹങ്ങൾക്ക് വലിയൊരു പരിധിവരെ ഈ കലാനിർമാണവേളയിൽ പല സംവിധായകരും വശംവദരാവാൻ നിർബന്ധിതരാകാറുണ്ട്. വലിയ എഴുത്തുകാരുടെ രചനകൾ ഈ വ്യാവസായികകലയുടെ ചട്ടക്കൂട്ടിലേക്ക് ഒതുക്കിക്കൊണ്ടുവരുമ്പോഴുള്ള സ്വാഭാവികമായ ചില ആശങ്കകൾ ഉണ്ടായിരിക്കേത്തന്നെ, വി കെ എന്നിന്റെ കഥയുടെ അഭ്രാവിഷ്ക്കാരം വലിയ സാധ്യതകൾ മുന്നിൽ തുറന്നുവെച്ചു. *അപ്പുണ്ണി*യിലെ കുറുപ്പുമാഷാണ് ഒടുവിൽ. കുറുപ്പുമാഷിന് ഉണ്ടാവണമെന്ന് വി കെ എൻ ആഗ്രഹിച്ച നാടൻ ശരീരഭാഷ ഉണ്ണിയേട്ടനുണ്ടായിരുന്നു. കുറുപ്പുമാഷ് എന്ന കഥാപാത്രത്തിലൂടെയാണ് ഉണ്ണിയേട്ടൻ എന്റെ ജീവിതത്തിലേക്ക് സീരിയസായി കടന്നുവരുന്നത്. *അപ്പുണ്ണി*യിലെ അനായാസമായ അഭിനയവും ഒരു നാട്ടിൻപുറത്തുകാരന്റെ സ്വാഭാവികമായ രീതികളും ഉണ്ണിയേട്ടനെ പ്രിയപ്പെട്ട ഒരാളാക്കിത്തീർത്തു എന്നതായിരുന്നു സത്യം. ആ സിനിമ തൊട്ട് എന്നോടൊപ്പം കൂടിയ രണ്ടുപേർ മോഹൻലാലും ഉണ്ണിയേട്ടനുമാണ്. മോഹൻലാലും ഉണ്ണിയേട്ടനും തമ്മിലുള്ള കോമ്പിനേഷൻ സീനു

104 ഒടുവിൽ: മായാത്ത ഭാവങ്ങൾ
ഇ ജയചന്ദ്രൻ

ഒടുവിൽ, കുഞ്ചാക്കോ ബോബൻ (നരേന്ദ്രൻ മകൻ ജയകാന്തൻ വക)

കളെടുക്കുന്നത് ഒരു സംവിധായകൻ എന്ന നിലയിൽ നർമ്മമാധുര്യത്തോടെ മാത്രം ഓർമിക്കാവുന്ന കാര്യങ്ങളാണ്. ചില കൈയാംഗ്യങ്ങൾ, ചില കാര്യങ്ങൾ പറയാൻ ക്ലേശിക്കുമ്പോഴുള്ള മുഖഭാവങ്ങൾ, ചില നോട്ടങ്ങൾ, ചുണ്ടിലെവിടെയോ ഒളിപ്പിച്ചുവെച്ച ചിരി ഇതൊക്കെ ഉണ്ണിയേട്ടന്റെ അഭിനയത്തെ പലതലങ്ങളിൽ മികവുറ്റതാക്കി. *അപ്പുണ്ണി*യിൽ കുട്ട്യേടത്തി വിലാസിനി അവതരിപ്പിച്ച കല്യാണിയമ്മ എന്ന കഥാപാത്രത്തിന് ഒരു കുട്ടിയുണ്ട്. കല്യാണിയമ്മയുടെ വീടന്വേഷിച്ചുവരുന്ന മോഹൻലാൽ, കല്യാണിയമ്മയോട് കുട്ടിയുടെ അച്ഛൻ എന്തുചെയ്യുന്നു? എന്ന് തിരക്കുന്നുണ്ട്. കല്യാണിയമ്മ അവിവാഹിതയായിരുന്നു. ജാരസന്തതിയാകയാൽ ആ സ്ത്രീ പരിഭ്രമിച്ചുനിൽക്കെ, ഒടുവിൽ ഉണ്ണികൃഷ്ണൻ മേലോട്ടു നോക്കി. 'ഇപ്പോൾ മഴപെയ്യുമെന്നു തോന്നുന്നു, നല്ല കോളിനുള്ള ലക്ഷണമുണ്ട്.' എന്ന് പറഞ്ഞ് തികച്ചും ഗ്രാമ്യമായ ഒരു ഭാവത്തോടെ കല്യാണിയമ്മയുടെ മുന്നിൽനിന്ന് മോഹൻലാലിനെ വിളിച്ചുകൊണ്ടുപോകുന്ന ഒരു രംഗം *അപ്പുണ്ണി*യിൽ ഉണ്ട്. കല്യാണിയമ്മയുടെ രഹസ്യങ്ങൾ അറിയാവുന്ന ഒരാളുടെ ഭാവം വളരെ റിയലിസ്റ്റിക്കായി ഒടുവിൽ മുഖത്ത് പ്രകടിപ്പിച്ചു. നാട്ടിൻപുറത്തുകാരനായ ഒരാൾ നാഗരികനെക്കാൾ സൗമ്യമായി ജീവിതത്തോട് പെരുമാറുന്നു.

ഒരു പച്ച മനുഷ്യനായിരുന്നു ഉണ്ണിയേട്ടൻ. അമിതമായ യാതൊരു മോഹങ്ങളും കൂടെക്കൊണ്ടു നടക്കാത്ത ഒരാൾ. ബുദ്ധകഥയിലെ സന്യാസിയെപ്പോലെ എല്ലാ ആഗ്രഹങ്ങളേയും കടവിൽ ഉപേക്ഷിച്ചുപോന്ന ഒരു ഗ്രാമീണൻ. ആരോടും പരിഭവമില്ലാതെ പെരുമാറുന്ന ഒരു വിനയാ

നിതൻ. ചുണ്ടിൽ ലിപ്സ്റ്റിക്ക് തേച്ചതുപോലെയുള്ള ഒരു വിനയമായിരുന്നില്ല അത്. മേക്കപ്പുപോലെ, പിന്നീട് തുടച്ചുകളയാവുന്ന വിനയം ഒരു അലങ്കാരമായി കൊണ്ടുനടക്കുന്ന എത്രയോപേർ ഈ രംഗത്തുണ്ട്. എന്നാൽ, ജന്മപ്രകൃതമായിരുന്നു ഉണ്ണിയേട്ടന് വിനയം. അതുകൊണ്ടു തന്നെ വിട്ടുവീഴ്ചയില്ലാത്ത നിലപാടുകളോടെ പെരുമാറാൻ ഉണ്ണിയേട്ടന് സാധിച്ചു. *അപ്പുണ്ണി*യുടെ ലൊക്കേഷനിൽ അക്കാലത്തെ പ്രശസ്തനായ ഒരു സിനിമാ റിപ്പോർട്ടർ ഉണ്ണിയേട്ടനെ ഇന്റർവ്യൂ ചെയ്യാൻ വന്നു. 'നിങ്ങളെയൊക്കെ ഞാനാണ് പ്രശസ്തനാക്കുന്നത്' എന്ന ധിക്കാരം കലർന്ന ഒരു ഭാവം ആ റിപ്പോർട്ടർക്കുണ്ടായിരുന്നു. ഒടുവിൽ അന്ന് അത്രയൊന്നും പ്രശസ്തനായിരുന്നില്ല. സംസാരത്തിനിടയിലെപ്പഴോ പത്രലേഖകനുമായി ഒടുവിൽ തെറ്റിപ്പിരിഞ്ഞു. പിന്നീട് പത്രലേഖകൻ ഒടുവിലിനോട് 'നിങ്ങൾ എന്നോട് സൂക്ഷിച്ചുകളിക്കണം ഒരു നടനെ വളർത്താനും തളർത്താനും ഞങ്ങൾ വിചാരിച്ചാൽ സാധിക്കും." എന്നു പറഞ്ഞു. പിന്നീട് ഈ റിപ്പോർട്ടർ അയാളുടെ മാഗസിനിൽ ഉണ്ണിയേട്ടനെക്കുറിച്ച് മോശം റിപ്പോർട്ടുകൾ എഴുതുകയും ചെയ്തു. ഈ റിപ്പോർട്ടുകൾ ഒടുവിൽ ഉണ്ണികൃഷ്ണൻ എന്ന നടന് തുണയായിത്തീർന്നു എന്നുള്ളതായിരുന്നു രസകരം. സംവിധായകർക്കും നിർമാതാക്കൾക്കും ഓർക്കാവുന്ന ഒരു പേരായി ഉണ്ണിയേട്ടൻ മാറി. ഒരാളെ ബോധപൂർവം ചെറുതാക്കാൻ ശ്രമിക്കുന്ന റിപ്പോർട്ടുകൾ ഒരിക്കലും അത് ഉദ്ദേശിച്ച ഫലം ചെയ്തു എന്നുവരില്ല. സിനിമയിൽ എത്രയോ ഉദാഹരണങ്ങൾ ഈ കാര്യത്തിനുണ്ട്.

അപ്പുണ്ണിക്കുശേഷം *വെറുതെ ഒരു പിണക്കം* എന്ന സിനിമ ഞാൻ ചെയ്തു. ആ സിനിമ സാമ്പത്തികമായി അത്ര വിജയിച്ചില്ല. ഉദ്ദേശിച്ച സാമ്പത്തികവിജയം കിട്ടാതെയായപ്പോൾ ഒരു തുടക്കക്കാരൻ എന്ന നിലയിൽ എന്റെ ആത്മവിശ്വാസത്തെ അത് പ്രതികൂലമായി ബാധിച്ചു. തുടർന്ന് ആക്ഷൻ ഓറിയന്റഡായിട്ടുള്ള ഒരു കൊമേഴ്സ്യൽപടം ചെയ്യാൻ ഞാൻ നിർബന്ധിതനായി. *ലാൽ അമേരിക്കയിൽ* എന്ന പേരിൽ പിൽക്കാലത്ത് റിലീസായ പടമായിരുന്നു അത്. ഞാൻ തുടങ്ങിവെക്കുകയും പല കാരണങ്ങളാൽ നീണ്ടുപോവുകയും സഹസംവിധായകർ പൂർത്തിയാക്കുകയും ചെയ്ത സിനിമ. ഈ സിനിമയുടെ ഷൂട്ടിംഗിനായി ഞങ്ങളോടൊപ്പം ഉണ്ണിയേട്ടനും അമേരിക്കയിൽവന്നു. അമേരിക്കയിൽ ന്യൂജേഴ്സിയിലാണ് ഞങ്ങൾ താമസിച്ചത്. *ഗ്രെയ്റ്റ് അഡ്വഞ്ചർ* എന്നൊരു കാർണിവെൽ നടക്കുന്ന സ്ഥലമുണ്ടായിരുന്നു. അവിടെ വെച്ച് ഒരുപാട്ട് ചിത്രീകരിച്ചു. സന്ധ്യയായപ്പോൾ ഞങ്ങൾ ഹോട്ടലുകളിലേക്ക് മടങ്ങി. തിരിച്ചെത്തിയപ്പോഴാണ് അറിയുന്നത് ഒടുവിൽ ഉണ്ണികൃഷ്ണൻ മിസ്സിങ്ങാണ്. ഒടുവിലിനെ കാണ്മാനില്ല! ഇതെല്ലാവരേയും പരിഭ്രാന്തിയിലാഴ്ത്തി. പലയിടത്തും ഒടുവിലിനെ അന്വേഷിച്ച് ആളുകൾ പോയി. മധുനായർ ന്യൂയോർക്കായിരുന്നു അന്ന് ഞങ്ങളെ അകമഴിഞ്ഞ് സഹായിച്ചിരുന്നത്. മധുനായരുടെ വണ്ടിയിൽ മോഹൻലാലും ഞാനും *ഗ്രെയ്റ്റ് അഡ്വഞ്ചറി*

ലേക്കു തിരിച്ചു. ഞങ്ങൾ താമസിച്ച ഹോട്ടലിൽനിന്നും രണ്ടുമണിക്കൂർ വരെ ഓടിയാലെത്തുന്ന അകലെയായിരുന്നു *ഗ്രെയ്റ്റ് അഡ്വഞ്ചർ*. ഞങ്ങളവിടെ എത്തുമ്പോൾ കാർണിവെൽ അവസാനിച്ചിരുന്നു. പരിഭ്രമത്തോടെ ഞങ്ങൾ അകത്തുകയറി. അപ്പോൾ, ഒരു കോർണറിൽ കുറേ നീഗ്രോകൾക്കും പോലീസുകാർക്കുമിടയിൽ പൊട്ടിച്ചിരിയോടെ പലതും പറഞ്ഞിരിക്കുന്ന ഒടുവിലിനെ കണ്ട് അസ്വസ്ഥതകൾക്കിടയിലും ഞങ്ങൾ ചിരിച്ചു. വളരെ സരസമായിട്ട് ഉണ്ണിയേട്ടൻ അവരോട് മലയാളം പറഞ്ഞ് ചിരിക്കുന്നു! ഒരു അന്യഗ്രഹജീവിയുടെ ഭാഷ കേട്ടിട്ടെന്നപോലെ ചുറ്റും കൂടി നിന്ന് മറ്റുള്ളവരും ചിരിക്കുന്നു. ശരിയായ കാർണിവെൽ.

കൂട്ടംതെറ്റി ഒറ്റപ്പെട്ടുപോയ ഉണ്ണിയേട്ടനേയും പൊക്കിയെടുത്ത് ഞങ്ങൾ ഹോട്ടലിലേക്ക് തിരിച്ചു. മടങ്ങുമ്പോൾ മോഹൻലാൽ ചോദിച്ചു.

'ഉണ്ണിയേട്ടൻ അവരോടെന്താണ് മലയാളത്തിൽ പറഞ്ഞത്?'

'എന്തൊക്കെയോ പറഞ്ഞു. എന്റെ പേര് ഒടുവിൽ ഉണ്ണികൃഷ്ണനാണെന്നും മലയാളിയാണ് എന്നുമൊക്കെ... എന്റെ ഭാഷ ചതിക്കില്ല എന്ന് മനസ്സിലായി. ആരും എന്റെ മുഖത്ത് കൈവെച്ചില്ല.' ഉണ്ണിയേട്ടന്റെ മറുപടികേട്ട് മോഹൻലാൽ തിരിച്ച് പറഞ്ഞു:

'ഗ്രെയ്റ്റ് അഡ്വഞ്ചർ!'

ഉണ്ണിയേട്ടൻ സ്ഥിരം പാടുന്ന ഒരു പാട്ടുണ്ട്. അദ്ദേഹം സംഗീതം നൽകിയ 'മണിനാഗങ്ങളേ' എന്നു തുടങ്ങുന്ന പാട്ട്. ഏതു സ്റ്റേജിലും ഉണ്ണിയേട്ടൻ ആ പാട്ടു പാടുമായിരുന്നു. അഭിനയത്തോടൊപ്പം സംഗീതവാസനയും ഉണ്ണിയേട്ടനുണ്ടായിരുന്നു.

ഉണ്ണിയേട്ടനെ ലൊക്കേഷനിലെത്തിക്കുക ബുദ്ധിമുട്ടാണ്. എത്തിക്കഴിഞ്ഞാൽ തിരിച്ചയക്കുന്നതും ബുദ്ധിമുട്ടായിരുന്നു. വൈകിവന്ന് വൈകിപോയിക്കൊണ്ടിരിക്കുന്ന ഒരാൾ. സദ്യയ്ക്ക് വിളിക്കുന്നതുപോലെയാണ് ഞാൻ എന്റെ സെറ്റിലേക്ക് ഉണ്ണിയേട്ടനെ വിളിക്കാറ്.

'പടം തുടങ്ങ്വാണ്. നേരത്തെ വന്നേക്കുക' ഔപചാരികമായ യാതൊരു കെട്ടുപാടുകളും ഞങ്ങൾക്കിടയിലില്ലായിരുന്നു. സ്നേഹത്തിന്റെ ഒരു സ്വാതന്ത്ര്യം എനിക്കദ്ദേഹത്തോടും സൗഹൃദത്തിന്റെ ഒരു ഭയം തിരിച്ചുമുണ്ടായിരുന്നു.

പാതിരായ്ക്കുപോലും ഉണ്ണിയേട്ടൻ ഫോൺ ചെയ്യുമായിരുന്നു. രാത്രിയിൽ ടെലിവിഷനിൽ പടം കണ്ട് അപ്പോൾ മാത്രം നോട്ട് ചെയ്യുന്ന എന്തെങ്കിലും തമാശയിൽ പിടിച്ചുകയറി വാചാലനായി ചിരിക്കാനായിരിക്കും ആ പാതിരാവിളി. *നാടോടിക്കാറ്റ്* എന്ന സിനിമയിൽ ശ്രീനിവാസന്റെ ഒരു ഡയലോഗുണ്ട്. 'ജീവിക്കാൻ വേണ്ടി പോലീസാവാൻ' പോലും ഞങ്ങൾക്ക് മടിയില്ല സർ. ഒരു പോലീസുദ്യോഗസ്ഥനോടാണ് ശ്രീനിവാസൻ ഇത് പറയുന്നത്. ഈ സംഭാഷണം ടെലിവിഷനിൽകേട്ട മാത്രയിൽ പാതിരാക്ക് ഉണ്ണിയേട്ടൻ എന്നെ വിളിച്ചു. ദീർഘനേരം അതേക്കുറിച്ചു പറഞ്ഞു ചിരിച്ചു.

ഉണ്ണിയേട്ടാ, നമുക്ക് രാവിലെ സംസാരിക്കാം, ചിലപ്പോൾ ഉറക്കച്ചട

വോടെ ഞാൻ പറയും. ഓ, എന്നാൽ ഞാൻ അടൂരിനെ വിളിക്കാം. അങ്ങനെപറഞ്ഞ് ഫോൺവക്കും. അപ്പോൾതന്നെ ഉണ്ണിയേട്ടൻ അടൂരിനെ വിളിച്ചിരിക്കും. പാതിരായ്ക്ക് അടൂർ ഗോപാലകൃഷ്ണനുമായി തമാശപറഞ്ഞ് ചിരിക്കാനുള്ള സ്നേഹ സ്വാതന്ത്ര്യം കിട്ടിയ ഒരേയൊരു നടൻ ഒടുവിൽ ഉണ്ണികൃഷ്ണനായിരിക്കുമെന്ന് തീർച്ച.

പൊന്മുട്ടയിടുന്ന താറാവാണ് കേരളത്തിന്റെ നാട്ടിൻപുറക്കാഴ്ചകൾ തന്മയത്വത്തോടെ ആവിഷ്ക്കരിച്ച ഒരു സിനിമ. അതിൽ പശുവിനെ കളഞ്ഞ പാപ്പിയാണ് ഒടുവിൽ. മൂത്ത തട്ടാൻ മരിച്ചു എന്നു കേട്ടപ്പോൾ താൻ വാങ്ങിക്കൊണ്ടുപോരുകയായിരുന്ന പശുവിനെ കളഞ്ഞ് തട്ടാന്റെ വീട്ടിലേക്ക് ഓടിക്കയറിയ പാപ്പി. പിന്നീടൊരിക്കലും പാപ്പിക്ക് പശുവിനെ തിരിച്ചുകിട്ടുന്നില്ല. പിന്നീടയാൾ സ്വയം പരിചയപ്പെടുത്തുന്നതു പോലും ഞാൻ പശുവിനെ കളഞ്ഞ പാപ്പി എന്നാണ്. തീവ്രമായ ആ നഷ്ടബോധം ഒരു നാട്ടിൻപുറത്തുകാരന്റേതാണ്. തന്റേതായ ഒരു 'മുതൽ' വിട്ടുകൊണ്ട് നാഗരികനായ ഒരാൾ മരണവീട്ടിലേക്കു പാഞ്ഞുകയറില്ല. സ്നേഹത്തിന്റെയും നന്മയുടെയും പുറമേക്ക് പതച്ചുയരാത്ത കൊച്ചുകൊച്ചു കുന്നായ്മകളുടെയും ഒരു ചുറ്റളവിനെയാണ് നമ്മൾ ഗ്രാമം എന്നു വിളിക്കുന്നത്. ഒരു ഗ്രാമീണന്റെ കറകളഞ്ഞ മനുഷ്യത്വമാണ് 'പശു' വിനെ കളഞ്ഞതിലൂടെ പാപ്പി പ്രദർശിപ്പിച്ചത്. മൂത്ത തട്ടാൻ മരിച്ചുപോയിരുന്നെങ്കിൽ പാപ്പി പശുവിന്റെ കാര്യം അത്ര പെട്ടെന്ന് ഓർക്കുക പോലുമില്ലായിരുന്നു.

ഒടുവിൽ, ജയറാം

ഒരുപാട് മോശം സിനിമകളിലൊക്കെ അഭിനയിക്കേണ്ടി വന്നിട്ടുണ്ടെങ്കിലും നല്ല സിനിമയുടെ ഭാഗത്ത് നിൽക്കുന്ന നടനായിരുന്നു ഉണ്ണിയേട്ടൻ. അതിനെപ്പറ്റി ഒരിക്കൽ ഉണ്ണിയേട്ടൻ പറഞ്ഞതിങ്ങനെയാണ്: 'നമ്മൾ പറയുന്നതൊന്നും ചില കൊമേഴ്സ്യൽ സംവിധായകർക്ക് മനസിലാവില്ല. അവർ പറയുന്നതൊക്കെ നമുക്കു മനസിലാവുകയും ചെയ്യും. അതാണ് കഷ്ടം! നമ്മൾ പറയുന്നത് പരസ്പരം മനസിലായിരുന്നില്ലെങ്കിൽ പ്രശ്നമില്ലായിരുന്നു. പക്ഷേ, അവരുടെ വിഡ്ഢിത്തങ്ങൾ മുഴുവൻ നമുക്കു മനസിലാകും.

നമ്മുടെ പല സിനിമാനടന്മാരും സീരിയൽ ലോകത്തേക്ക് ചേക്കേറിയപ്പോഴേക്കും ചിലർ ഉണ്ണിയേട്ടനേയും സീരിയലിലഭിനയിപ്പിക്കാനൊന്ന് ശ്രമിച്ചുനോക്കി. പക്ഷേ അദ്ദേഹം വഴങ്ങിയില്ല. ചില ശീലങ്ങൾ മരണം വരെ അദ്ദേഹം മുറുകെപ്പിടിച്ചു. *യാത്രക്കാരുടെ ശ്രദ്ധക്ക്* എന്ന സിനിമയുടെ ഷൂട്ടിങ്ങ് കോയമ്പത്തൂരിൽ വച്ച് നടക്കുമ്പോൾ, അവിടത്തെ ഒരു സാംസ്ക്കാരിക സംഘടന ഒരു ചടങ്ങിൽ പങ്കെടുക്കാൻ ഉണ്ണിയേട്ടനെ ക്ഷണിച്ചു. പൊതുപരിപാടികളിൽ പങ്കെടുക്കാൻ ഉണ്ണിയേട്ടൻ ആ ക്ഷണം നിരസിച്ചു. 'വെറുതെ വേണ്ട ഇരുപതിനായിരം തരാം' – സംഘാടകർ പറഞ്ഞു 'എനിക്ക് നിങ്ങൾ വിലയിട്ട അവസ്ഥയ്ക്ക് തീരെ വരുന്നില്ല' ഉണ്ണിയേട്ടൻ തീർത്തുപറഞ്ഞു. ഇങ്ങനെ ചില മൂല്യങ്ങൾ ഉണ്ണിയേട്ടനുണ്ടായിരുന്നു. സാംസ്ക്കാരിക പരിപാടികൾക്കുപോലും വലിയ 'വില' ഈടാക്കുന്ന താരമനോഭാവത്തോട് ഉണ്ണിയേട്ടൻ മുഖം തിരിച്ചുനിന്നു.

ഉണ്ണിയേട്ടനുമായി ബന്ധപ്പെട്ട ചിരി സന്ദർഭങ്ങൾ എന്റെ ഓർമയിൽ ഒരുപാടുണ്ട്. *കളിക്കളം* എന്ന സിനിമയുടെ ഷൂട്ടിംങ്ങ് നടക്കുമ്പോഴാണ് അത്തരമൊരു സന്ദർഭം. ഉണ്ണിയേട്ടനെയും ഇന്നസെന്റിനേയും വച്ച് ഒരു രംഗം ചിത്രീകരിക്കേണ്ടതുണ്ടായിരുന്നു. വൈകുന്നേരമാണ് ആ സീൻ ചിത്രീകരിക്കേണ്ടത്. പഴയ ചില കൂട്ടുകാരുമായി മുറിയിൽ സല്ലപിച്ചിരിക്കുകയായിരുന്നു ഉണ്ണിയേട്ടൻ. മുൻപ് കെ പി എ സിയിലായിരുന്നതുകൊണ്ട് നാടകരംഗത്തുള്ള പലരും അദ്ദേഹത്തിന്റെ സുഹൃദ്വലയത്തിലുണ്ടായിരുന്നു. വർത്തമാനവും മദ്യപാനവും ചിരിയുമൊക്കെയായി സംഭവം കൊഴുക്കുമ്പോഴാണ് സംവിധാനസഹായി ഉണ്ണിയേട്ടനെതേടി അവിടെയെത്തുന്നത്. ബീർ കുടിച്ചാൽപ്പോലും ലഹരിപിടിക്കുന്ന പ്രകൃതമാണ്. 'എനിക്ക് തീരെ വയ്യ എന്ന് സത്യനോട് പറയൂ' ഉണ്ണിയേട്ടൻ വലിയ ഉദാസീനതയോടെ പറഞ്ഞു.

ആ സീൻ ചിത്രീകരിച്ചില്ലെങ്കിൽ ഷെഡ്യൂൾ മുഴുവൻ അവതാളത്തിലാകുമെന്ന് സംവിധാനസഹായി പറഞ്ഞപ്പോൾ ഉണ്ണിയേട്ടൻ ലൊക്കേഷനിലേക്കു പുറപ്പെട്ടു. മദ്യപിച്ച കാര്യം എനിക്ക് മനസിലാകാതിരിക്കാൻ വേണ്ടി ശരീരം മുഴുവൻ അമൃതാഞ്ജൻ പുരട്ടിക്കൊണ്ടായിരുന്നു ഉണ്ണിയേട്ടൻ സെറ്റിലെത്തിയത്. അമൃതാഞ്ജന്റെ രൂക്ഷഗന്ധത്തേക്കാൾ മദ്യത്തിന്റെ ഗന്ധമാണ് എനിക്കിഷ്ടം എന്നു ഞാൻ പറഞ്ഞപ്പോൾ, കാൽച്ചുവട്ടിൽ നോക്കി ഉണ്ണിയേട്ടൻ ഒരുചിരി ചിരിച്ചു. പിടിക്കപ്പെട്ട ഒരാളുടെ

ചിരി. ഒരു തൃശൂർക്കാരൻ ചിട്ടിക്കാരനായിട്ടാണ് ഉണ്ണിയേട്ടൻ അതിലഭിനയിച്ചത്. മദ്യപിച്ചതിന്റെ യാതൊരു ലാഞ്ചനയുമില്ലാതെ ഉണ്ണിയേട്ടൻ അന്നഭിനയിച്ചു. അഭിനയകലയോട് അത്രയും തീവ്രമായ ഒരു സന്നദ്ധത അദ്ദേഹത്തിനുണ്ടായിരുന്നു.

ഉണ്ണിയേട്ടൻ എന്ന മനുഷ്യന്റെ നന്മ വളരെ വലുതായിരുന്നു. എന്റെ യൂണിറ്റിലെ മേയ്ക്കപ്പ്മാൻ പാണ്ഡ്യന് വൃക്കരോഗം വന്ന്, രണ്ടു വൃക്കകളും തകരാറിലായി വളരെ ക്രിട്ടിക്കലായ ഒരവസ്ഥ. പണം കൊടുത്താൽ കിഡ്നി വിൽക്കാൻ തയ്യാറായി നിൽക്കുന്നവരുണ്ട്. പാണ്ഡ്യന്റെ കയ്യിൽ ഒരു കിഡ്നി വാങ്ങാനുള്ള പണമില്ലായിരുന്നു. അങ്ങനെയൊരു സങ്കടാവസ്ഥയറിഞ്ഞാണ് ഞാൻ ഉണ്ണിയേട്ടനെ വിളിച്ചത്. പാണ്ഡ്യന്റെ രോഗവിവരം പറഞ്ഞു. "ഞാനൊരു ഇരുപത്തയ്യായിരം രൂപ തരാം' ഉണ്ണിയേട്ടൻ പറഞ്ഞു. അത് ഉണ്ണിയേട്ടനു നൽകാവുന്ന വലിയൊരു തുകയായിരുന്നു. അപ്പോൾത്തന്നെ ഞാൻ ശ്രീനിയേയും മോഹൻലാലിനേയും വിളിച്ചു. പാണ്ഡ്യന്റെ രോഗവിവരം വിശദീകരിച്ചശേഷം ഞാൻ പറഞ്ഞു. 'ഉണ്ണിയേട്ടൻ ഇരുപത്തയ്യായിരം രൂപ തരാമെന്നു പറഞ്ഞിട്ടുണ്ട്.' ഉണ്ണിയേട്ടൻ തരുന്നതിനേക്കാൾ കുറഞ്ഞൊരു തുക അവർക്ക് ആലോചിക്കാൻ കഴിയില്ലായിരുന്നു. അങ്ങനെ പലരേയും വിളിച്ചു. ഉണ്ണിയേട്ടൻ നൽകുന്ന സഹായത്തുകയെപ്പറ്റി ആദ്യം സൂചിപ്പിച്ചു. എല്ലാവരും സംഭാവന നൽകി. പാണ്ഡ്യന്റെ കിഡ്നി മാറ്റിവച്ചു. നടന്മാരിൽ ദരിദ്രനായിരുന്ന ഉണ്ണിയേട്ടൻ സമ്പാദിച്ചത് ജീവിക്കാൻ വേണ്ടി മാത്രമായിരുന്നു. സുഖിച്ചു കഴിയാൻവേണ്ടി അദ്ദേഹം ഒന്നും സമ്പാദിച്ചിരുന്നില്ല. ജീവിക്കാനും മറ്റുള്ളവരെ ജീവിപ്പിക്കാനും വേണ്ടി അദ്ദേഹം അഭിനയിച്ചു.

രസതന്ത്രം എന്ന സിനിമയിൽ പുനർജന്മത്തിന്റെ ഉന്മേഷത്തോടെ പാണ്ഡ്യൻ വന്നു. വീർത്തുവിങ്ങിയ മുഖവുമായി ഉണ്ണിയേട്ടൻ പാണ്ഡ്യനു മുന്നിൽ മേയ്ക്കപ്പിടാനിരുന്നു. അപ്പോഴേക്കും ഒരു കിഡ്നി രോഗിയായി മാറിക്കഴിഞ്ഞിരുന്നു ഉണ്ണിയേട്ടൻ. ആ കാഴ്ച കണ്ടുനിൽക്കേ വിധിയുണ്ടാക്കുന്ന അപ്രതീക്ഷിതമായ ആഘാതങ്ങളെക്കുറിച്ചോർത്ത് എന്റെ മനസ്സുപതറി. ഇതാ, നന്മയുള്ള ഒരു മനുഷ്യൻ ആരുടെ രോഗം ഭേദമാക്കാൻ മുന്നിട്ടിറങ്ങിയോ, രോഗാവസ്ഥയിൽ നിന്നു മുക്തനായ ആ പാണ്ഡ്യന്റെ മുന്നിൽ അതേ രോഗത്തിന്റെ ബലിയായി നിസ്സഹായതയോടെ ഇരിക്കുന്നു. ഒരു നാട്ടിൻപുറത്തുകാരനായ നന്മയുള്ള മനസ്സിനേക്കാൾ ദൈവത്തിന്റെ മനസ്സിന് നഗരവാസിയോടാണ് അടുപ്പമെന്ന് ചിലപ്പോൾ തോന്നാറുണ്ട്.

ദൈവം നാട്ടിൻപുറത്തുകാരനോ, അതോ നഗരവാസിയോ?

ഒരു നാട്ടിൻപുറത്തുകാരന്റെ നന്മ ദൈവത്തിൽ എത്രത്തോളമുണ്ട്?

വളരെ തീവ്രമായ ജീവകാരുണ്യത്തിന്റെ ഓർമയുണ്ട്. കിഡ്നി തകരാറിലായി. നിരന്തരമായ ഡയാലിസിസിനു വിധേയനായി ഉണ്ണിയേട്ടൻ ആകെ തളർന്നിരിക്കുന്ന സമയം. അപ്പോഴത്തെ അവസ്ഥയിൽ അവനവന്റെ ജീവിതത്തെക്കുറിച്ചല്ലാതെ മറ്റൊന്നിനെക്കുറിച്ചും വേറൊരാൾക്ക്

ആകുലപ്പെടാൻ കഴിയുമായിരുന്നില്ല. ഒരുദിവസം ഉണ്ണിയേട്ടന്റെ ഫോൺകോൾ 'സത്യാ, നമ്മുടെ ഫോട്ടോഗ്രാഫർ ടോണിക്കു സുഖമില്ല. അവന്റെ കിഡ്നി തകരാറിലാണ്, ഡയാലിസിസ് ചെയ്യാൻ പണമില്ല. ഒന്ന് സഹായിക്കൂ. എന്നാലാവുന്നത് ഞാൻ ചെയ്യുന്നുണ്ട്. 'അസാധ്യമായ ഒരു മനുഷ്യത്വമായിരുന്നു അത്. ഒരു ഗ്രാമീണന്റെ ജീവകാരുണ്യപരമായ സ്പന്ദനങ്ങൾ താരമായിരിക്കുമ്പോഴും ഉണ്ണിയേട്ടൻ ഉപേക്ഷിച്ചില്ല. ഉയരുമ്പോൾ ഉപേക്ഷിക്കേണ്ടവയല്ല ജീവിതത്തിന്റെ സനാതനമൂല്യം എന്ന ബോധം ഉണ്ണിയേട്ടനുണ്ടായിരുന്നു. ക്യാമറാമാൻ ടോണി മരണത്തിന് വേഗംതന്നെ പിടികൊടുത്തു.

ഉണ്ണിയേട്ടന്റെ അസുഖം ഒരു ഇടിത്തീ പോലെയാണ് ഞങ്ങൾ അറിഞ്ഞത്. കൊച്ചിയിലെ ഒരു സ്വകാര്യ ആശുപത്രിയിൽ വെച്ച് കിഡ്നി രോഗമാണെന്ന് കണ്ടുപിടിക്കുംവരെ ഉണ്ണിയേട്ടൻ വിശ്വസിച്ചിരുന്നത് പ്രഷർ അൽപ്പം കൂടി എന്നു മാത്രമായിരുന്നു. ആശുപത്രിയിൽ അഡ്മിറ്റായ ഉടനെ ഉണ്ണിയേട്ടൻ പറഞ്ഞു 'സൗകര്യപ്പെടുമെങ്കിൽ ഈ വഴിയൊന്നു വരണം എന്തെങ്കിലും പുസ്തകങ്ങൾ കൈയിൽ കരുതിക്കോളൂ' കൊട്ടാരത്തിൽ ശങ്കുണ്ണിയുടെ *ഐതിഹ്യമാല*യും ചുള്ളിക്കാടിന്റെ *ചിദംബര സ്മരണ*യുമായി ഞാൻ ആശുപത്രിയിൽ ചെന്നു. തീരെ അവശനായിരുന്നു ഉണ്ണിയേട്ടൻ.

'കുഴപ്പമൊന്നൂല്യ, പ്രഷറ് കൂടിയതാണ്.'

ചിരിയോടെ കട്ടിലിൽ നിവർന്നിരിക്കാനുള്ള ശ്രമം വിഫലമായി. ഉണ്ണിയേട്ടനോട് കുറേ നാടൻ തമാശകൾ പറഞ്ഞ് ചിരിച്ച് ഞാൻ വീട്ടിലേക്ക് മടങ്ങി.

രാത്രിയായപ്പോൾ ഉണ്ണിയേട്ടനെ ചികിത്സിക്കുന്ന ഡോ. ബാലഗോപാലന്റെ ഫോൺ.

'ബി പിയൊന്നുമല്ല. കിഡ്നിക്കെന്തൊക്കെയോ പ്രശ്നങ്ങൾ.' അതു വരേക്കുമുണ്ടായ ചിരി ദൈവം തിരിച്ചെടുക്കാൻ പോവുകയാണെന്ന ചിന്ത ആ രാത്രിയെ മാത്രമല്ല, പിന്നീടുള്ള രാത്രികളെയും അശാന്തമാക്കി.

*അച്ചുവിന്റെ അമ്മ*യുടെ സ്ക്രിപ്റ്റ് പുരോഗമിച്ചുകൊണ്ടിരിക്കുന്ന സമയം. ഉണ്ണിയേട്ടനെ കാണാൻ ഞാൻ അദ്ദേഹത്തിന്റെ ഗ്രാമമായ കേരളശ്ശേരിയിൽ ചെന്നു. ഒരു ഇരുട്ടുമുറിയിൽ അദ്ദേഹം തനിച്ചുകിടക്കുക

യായിരുന്നു. അപ്പോഴേക്കും ഡയാലിസിസ് തുടങ്ങിയിരുന്നു.

'ഇനിയെനിക്ക് ആക്ടീവാകാൻ കഴിയുമെന്ന് തോന്നുന്നില്ല' വളരെ ദൈന്യതയോടെ ഉണ്ണിയേട്ടൻ പറഞ്ഞു.

'ഉണ്ണിയേട്ടൻ ഭയപ്പെടേണ്ട. ഡയാലിസിസ് തുടങ്ങിയിട്ടും എത്രയോ വർഷം ജീവിച്ചിരുന്ന ആളെ എനിക്കറിയാം. എല്ലാം ഭേദമായി ഉണ്ണിയേട്ടൻ എത്രയോ കാലം ഞങ്ങളോടൊപ്പമുണ്ടാവും.

*അച്ചുവിന്റെ അമ്മ*യിൽ അബ്ദുള്ള എന്ന കഥാപാത്രത്തെ ഉണ്ണിയേട്ടൻ അവതരിപ്പിച്ചു. ആദ്യത്തെദിവസം ലൈറ്റ് മുഖത്ത് തട്ടിയപ്പോൾ അൽപ്പമൊന്ന് അവശനായി. പിന്നീടുള്ള ദിവസങ്ങളിൽ ആ മുഖത്ത് ക്ഷീണത്തിന്റെ ചെറിയ കരിവാളിപ്പുപോലുമുണ്ടായിരുന്നില്ല. ഒരു ജീവനൗഷധിപോലെ അഭിനയം ആ ശരീരത്തിൽ പ്രവർത്തിച്ചു. ഡയാലിസിസ് ചെയ്യുന്നതിനിടയിൽ എണീറ്റു വന്ന ഒരാളാണ് അബ്ദുള്ള എന്ന കഥാപാത്രത്തെ അവതരിപ്പിച്ചതെന്ന് അത്ഭുതത്തോടെ മാത്രമെ ഓർക്കാൻ കഴിയൂ.

*രസതന്ത്ര*ത്തിന്റെ ഷൂട്ടിങ്ങിനു വന്നപ്പോൾ ഉണ്ണിയേട്ടന്റെ ജീവിതം കൂടുതൽ പ്രശ്നങ്ങളിലേക്ക് നീങ്ങുകയാണെന്ന് എനിക്ക് ബോധ്യമായി. മുഖത്തെ നീരും നിരന്തരമായ പനിയും ആ ശരീരത്തെ കൂടുതൽ തളർത്തിക്കൊണ്ടിരുന്നു. ശരീരത്തിന്റെ നീര് കണ്ടപ്പോൾ ഉണ്ണിയേട്ടൻ വിശ്വസിക്കാൻ ശ്രമിച്ചത്, തന്റെ തടിയൽപ്പം മെച്ചപ്പെട്ടിട്ടുണ്ട് എന്നായിരുന്നു. ചെട്ട്യാർ എന്ന വേഷമാണ് *രസതന്ത്ര*ത്തിൽ ചെയ്യേണ്ടത്. ആ കഥാപാത്രത്തെക്കുറിച്ച് ഞാൻ നേരത്തെ പറയുകയും ചെയ്തിരുന്നു. പക്ഷേ, രോഗം മൂർച്ഛിച്ച അവസ്ഥയിൽ ആ വേഷം അവതരിപ്പിക്കാൻ ഉണ്ണിയേട്ടന് വിഷമമായിരിക്കുമെന്ന് എനിക്ക് തോന്നി.

'ഒരു ഗസ്റ്റ് റോളിൽ അഭിനയിക്കുന്നതല്ലെ ഈയവസ്ഥയിൽ നല്ലത്. അടുത്ത സിനിമയിൽ നല്ലൊരു.....'

ഫോണിൽ എന്നെ മുഴുമിക്കാൻ വിട്ടില്ല.

'വേണ്ട, വേണ്ട ഞാൻ ചെട്ട്യാരായിട്ട് തന്നെ അഭിനയിക്കും. ഞാൻ മുടിവെട്ടിയതും കടുക്കനിട്ടതും ഒരു കായസഞ്ചിപോലും സംഘടിപ്പിച്ചതും എന്തിനുവേണ്ടിയാ?

മനസ്സുകൊണ്ടും ഉണ്ണിയേട്ടൻ ചെട്ട്യാരായി മാറിയിരിക്കുന്നുവെന്ന് എനിക്ക് തീർച്ചയായി. വീൽച്ചെയറിലാണ് ഉണ്ണിയേട്ടൻ ഡബ്ബിങ്ങിനുവന്നത്. ഉച്ചക്കു ട്രിവാൻഡ്രം ക്ലബ്ബിലെ മീൻകറിയോടൊപ്പം ചോറുണ്ണാനും തിരിച്ചുപോകുമ്പോൾ ഏതോ ഹോട്ടലിൽനിന്ന് ചിക്കൻബിരിയാണി കഴിക്കാനും ഉണ്ണിയേട്ടൻ ആഗ്രഹിച്ചു. ഭക്ഷണത്തിനൊക്കെ പ്രത്യേകം നിയന്ത്രണമുണ്ടായിരുന്നിട്ടും ഞങ്ങളാരും ഉണ്ണിയേട്ടന്റെ ആ ആഗ്രഹത്തിന് തടസ്സം നിന്നില്ല. ഉണ്ണിയേട്ടൻ ജീവിതത്തിൽനിന്ന് പോയിക്കൊണ്ടിരിക്കുകയാണെന്ന് ഞങ്ങൾക്കറിയാമായിരുന്നു.

'ഒടുവിലു'ണ്ടായിരുന്ന ഒരു സിനിമാക്കാലം ഗ്രാമ്യമായ ജീവിതത്തിന്റെ വേഷപ്പകർച്ചകളായി പ്രേക്ഷക മനസ്സിനു മുന്നിലുണ്ട്. *മഴ*

*വിൽക്കാവടി*യിലെ കുഞ്ഞാപ്പു സജീവമായ ഒരു നാട്ടിൻപുറത്തുകാരനാണ്. കുഞ്ഞാപ്പുവിന് പല തൊഴിലുകളുണ്ട്. കുഞ്ഞാപ്പു ബ്രോക്കർ കുഞ്ഞാപ്പുവാണ്. അതേസമയം ചെത്തുകാരൻ കുഞ്ഞാപ്പുവും വെടിക്കാരൻ കുഞ്ഞാപ്പുവുമാണ്. ഇങ്ങനെ ഒരുപാട് നാട്ടിൻപുറത്തുകാരുടെ പ്രതീകമാണ് കുഞ്ഞാപ്പു. നമ്മുടെ നാട്ടിലൊക്കെ സ്ഥിരം കണ്ടുപരിചയമുള്ള ഒരു കഥാപാത്രം ഒരു മുണ്ടും മാടിക്കുത്തി അമ്പലങ്ങളിൽ വെടിക്കാരനാവുന്നതും ചെത്തുകാരനായി തെങ്ങിൽക്കയറുന്നതും അതാതു മേഖലകളിൽ കുറേക്കാലമായി വ്യാപരിക്കുന്ന ഒരാളുടെ സ്വാഭാവികതയോടെയാണ്. അന്തിക്കാട്ടെ ഷൺമുഖൻ എന്ന ചെത്തുകാരന്റെ പണിയായുധങ്ങളാണ് ആ സിനിമയിലുപയോഗിച്ചിരിക്കുന്നത്. ഷൺമുഖൻ ചെത്തുകാരനാണെങ്കിലും വായിക്കാറുള്ളത് കലാകൗമുദിയും മാതൃഭൂമിയുമൊക്കെയാണ് വലിയ വായനക്കാരൻ.

വരവേല്പ് എന്ന സിനിമയിൽ ഒരു റസ്റ്റോറന്റ് നടത്തുന്ന നാട്ടിൻപുറത്തുകാരനാണ് ഉണ്ണിയേട്ടൻ. മോഹൻലാലിന്റെ ഏട്ടൻ, നാരായണൻ എന്ന കഥാപാത്രം. അയാളുടെ മുണ്ടു മടക്കുന്ന രീതിയും ബാഗും ടോർച്ചും കക്ഷത്തിൽ വച്ചുള്ള നടപ്പും ഗ്രാമത്തിൽ പലരും കാണുന്നത് അതേപടി പകർത്തുകയാണ്. ഉച്ചക്ക് ഊണുകഴിക്കാൻ വരുമ്പോഴും ടോർച്ചും ബാഗും കക്ഷത്തിലുണ്ടാവും. ശരീരത്തിന്റെ കൂടെത്തന്നെയുള്ള അവയവവുംപോലെയാണ് ടോർച്ചും ബാഗും. ഇതൊരു ഗ്രാമചിത്രമാണ്.

വീണ്ടും ചില വീട്ടുകാര്യങ്ങളിലെ സരസനായ അച്ഛൻ ശുദ്ധനായ ഒരു നാട്ടിൻപുറത്തുകാരനാണ്. *സന്ദേശ*ത്തിലെ അച്ചുവേട്ടൻ എന്ന കഥാപാത്രത്തിൽ അഭിനയത്തിന്റെ വളരെ സൂക്ഷ്മമായ അംശങ്ങൾ കണ്ടെത്താം. അതിലൊരു സീനിൽ മണ്ണ് പരിശോധിക്കാൻ വരുമ്പോൾ സിദ്ദിഖ് പറമ്പിൽ വഴുതി വീഴുന്നു. അതുകണ്ട് മാതുവും ഉണ്ണിയേട്ടനും തിലകനും ചിരിക്കുന്നു. ചിരിച്ചതിന് സിദ്ദിഖ് മാതുവിനെ ശാസിക്കുമ്പോൾ 'ഒടുവിൽ' ചിരി മായ്ച്ചുകളയുന്ന ഒരു രംഗമുണ്ട്. വളരെ സൂക്ഷ്മമായ അഭിനയമാണത്. കൈപ്പടം കൊണ്ട് മുഖംതുടച്ച് ചിരിയെ മായ്ച്ചുകളയുന്നു. തൊട്ടുമുന്നേ ആ മുഖത്തു ചിരിയുണ്ടായിരുന്നു എന്നുപോലും ആ നിമിഷം തോന്നില്ല. അത്രയ്ക്കും സ്വാഭാവികമായ ഒരു ഭാവമാറ്റം.

തലയണമന്ത്രം എന്ന സിനിമയിലെ ഡാൻസ് ടീച്ചറുടെ വേഷം വളരെ തന്മയത്വത്തോടെയാണ് ഉണ്ണിയേട്ടൻ അഭിനയിച്ചത്. ഈ വേഷമിട്ട് സെറ്റിലെത്തിയ ആദ്യദിവസം ഒരു ഷോട്ടെടുക്കാൻ ഉണ്ണിയേട്ടൻ സമ്മതിച്ചില്ല. 'ഡാൻസ്ടീച്ചർ അത്രക്കങ്ങ് ഉള്ളിൽ കയറിയിട്ടില്ല. നാളെ മതി' ഉണ്ണിയേട്ടൻ പറഞ്ഞു. രാശിക്കു ദോഷം വരാതിരിക്കാൻ, വേഷമിട്ടുവന്ന ദിവസം ഒരു ഷോട്ടെങ്കിലും ചിത്രീകരിക്കണം എന്നൊരു വിശ്വാസം സെറ്റിലുണ്ട്. ഉണ്ണിയേട്ടന് അത്തരം വിശ്വാസങ്ങളൊന്നുമുണ്ടായിരുന്നില്ല. അടുത്ത ദിവസം ഉണ്ണിയേട്ടൻ സെറ്റിലെത്തിയപ്പോൾ ഭാവംകൊണ്ടും ചലനംകൊണ്ടും ശരിയായൊരു ഡാൻസ് ടീച്ചറായി മാറിക്കഴിഞ്ഞിരുന്നു. ഹരിഹരന്റെ *സർഗ്ഗം* എന്ന ചിത്രത്തിൽ ഒരു മൂളൽ കൊണ്ടുമാത്രം ഈ

നടൻ പ്രേക്ഷകരെ വിസ്മയിപ്പിക്കുന്നു. *നിഴൽക്കുത്ത്* എന്ന സിനിമയിൽ ഭാര്യ കുളിപ്പിക്കുമ്പോൾ ആരാച്ചാരുടെ ശരീരഭാഷയിലുണ്ടാകുന്ന വിറയൽ സൂക്ഷ്മാഭിനയത്തിന് ഉദാഹരണമാണ്. അടൂർ ഗോപാലകൃഷ്ണൻ, ഒടുവിൽ ഉണ്ണികൃഷ്ണനെന്ന നടനു നൽകിയ സ്വാതന്ത്ര്യമാണ് ആ സിനിമയിലെ ആരാച്ചാർ എന്ന കഥാപാത്രത്തെ അവിസ്മരണീയമാക്കിയത്. അടൂരുമായും ഗായകൻ ജയചന്ദ്രനുമായും ഒരാത്മബന്ധം ഉണ്ണിയേട്ടനുണ്ടായിരുന്നു.

ജീവിതം ജീവിക്കാൻ വേണ്ടിത്തന്നെ തിരഞ്ഞെടുത്ത ഒരു നാട്ടിൻപുറത്തുകാരനായിരുന്നു ഒടുവിൽ ഉണ്ണികൃഷ്ണൻ എന്ന ഉണ്ണിയേട്ടൻ. ഭരതന്റെ *ചെണ്ട* എന്ന സിനിമയിലെ ഒരൊറ്റ രംഗം മാത്രം മതി ആ നടനെ എന്നേക്കുമായി ഓർക്കാൻ. ആർക്കോവഴി പറഞ്ഞുകൊടുക്കുന്ന ഒരു വഴിപോക്കൻ.

ഒരു വഴിപോക്കനായിരുന്നു അവസാനം വരെയും ഉണ്ണിയേട്ടൻ. ഓർമകളെ ഭൂമിയിൽ മേയാൻ വിട്ട ഒരു യാത്രികൻ. മനസ്സിന്റെ മഹത്വമാണ് മനുഷ്യന്റെ മഹത്വം എന്നോർമിപ്പിച്ചുകൊണ്ടിരുന്ന ഒരാൾ.....

കടപ്പാട് : മാതൃഭൂമി ആഴ്ചപതിപ്പ്

അനുബന്ധം 2

ചിരിക്കപ്പുറത്തെ ഉണ്ണിയേട്ടൻ
ലോഹിതദാസ്

'**വ**ളയം' എന്ന ചിത്രത്തിലൊരു രംഗമുണ്ട്. ഒരു പ്രണയവഞ്ചന യിൽ ആത്മഹത്യ ചെയ്ത ഏകമകളുടെ മൃതശരീരം പോസ്റ്റുമോർട്ട ത്തിനുശേഷം വീട്ടിലേക്കെത്തുന്നത് കാത്തുനിൽക്കുകയാണ് ഗോവിന്ദ നാശാൻ.

കേട്ടറിഞ്ഞെത്തിയവരോടെല്ലാം അയാൾ സംസാരിക്കുന്നുണ്ട്.

മകളുടെ കല്യാണത്തിനുവന്ന അതിഥികളെ സ്വീകരിക്കുന്നതുപോ ലെയാണയാൾ പെരുമാറുന്നത്. മുരളി അവതരിപ്പിച്ച പ്രധാന കഥാപാ ത്രമായ ശ്രീധരനോടയാൾ പരിഭവിച്ചു.

"എന്താ ശ്രീധരാ നീയിത്ര വൈകിയത്... അവളിപ്പോ എത്തും... പിന്നെ, മഴക്കാറുണ്ട്. നമുക്ക് മുറ്റത്തൊരു പന്തലിടണം. എന്റെ മോളു വരുമ്പോ അവള് മഴ നനയരുത്."

ഒന്നു കരയാൻ പോലും കഴിയാതെ ഭ്രാന്തമായ ഒരു മാനസികാവ സ്ഥയിൽ ഒടുവിൽ ഉണ്ണികൃഷ്ണൻ ആടിത്തിമിർക്കുകയാണ്.

അദ്ദേഹത്തെ ആശ്വസിപ്പിക്കാനെത്തുന്ന നാട്ടുകാരന്റെ വേഷത്തിൽ ഞാനും ആ രംഗത്ത് പ്രത്യക്ഷപ്പെടുന്നുണ്ട്.

എപ്പോഴോ ഞാനദ്ദേഹത്തിന്റെ കൈയിലൊന്നു പിടിച്ചു.

ക്യാമറയ്ക്കു കാണാൻ കഴിയാത്ത വിറയൽ ഉണ്ണ്യേട്ടന്റെ ഉടലാകെ ബാധിച്ചിരുന്നത് ഞാനറിഞ്ഞു. കഥാപാത്രത്തിന്റെ ജീവിതം സ്വന്തം ജീവി തമായി മാറിയ അനർഘ നിമിഷമായിരുന്നു അത്.

ഇന്നും ആ ചിത്രം കാണുന്നവർക്ക് കണ്ണീർ തുളുമ്പാതെ ആ രംഗം കാണാനാവില്ല. അത്ര തീവ്രമായാണ് ഉണ്ണ്യേട്ടൻ ഗോവിന്ദനാശാനെ അവ തരിപ്പിച്ചത്.

'പാഥേയം' എന്ന ചിത്രത്തിൽ ഒരു കുശനിക്കാരൻ നമ്പൂതിരിയുണ്ട്.

ചന്ദ്രദാസെന്ന കവിയോട് സ്വന്തം ജീവിതകഥ പറഞ്ഞവസാനിപ്പിക്കുന്നതിങ്ങനെയാണ്.

"ന്റെ ജീവിതം... എന്താ പറയ്യ... ഇടിവെട്ടുകൊണ്ട തെങ്ങുപോലാ..... കായ്ക്കൂല്യ..... എന്നാ വീഴ്വോ..... അതൂല്യ."

ചിരിച്ച് സരസമായി ഇതു പറഞ്ഞവസാനിപ്പിക്കുമ്പോൾ നിഷ്ഫലമായ ഒരു ജീവിതത്തിന്റെ സങ്കടക്കടൽ മുഴുവൻ ആ കണ്ണുകളിലും മുഖത്തും തിരതല്ലുന്നതു കാണാം.

തന്റെ നിശബ്ദമായ ധർമസങ്കടങ്ങൾ തേവരുടെ മുമ്പിൽ തായമ്പകയായി കൊട്ടിത്തളരുന്ന അച്യുതമാരായി ഉണ്ണ്യേട്ടൻ ജീവിക്കുന്നത് *തൂവൽക്കൊട്ടാര*ത്തിൽ നമ്മൾ കണ്ടു.

ഇപ്പോൾ ഇതൊക്കെ ആലോചിക്കുന്നതെന്തിനെന്നു ചോദിച്ചേക്കാം.

എന്റെ പുതിയ ചിത്രത്തിന്റെ താരനിർണയം നടക്കുകയാണ്.

പല കഥാപാത്രങ്ങളേയും അവതരിപ്പിക്കാൻ പറ്റിയ നടീനടന്മാരെ കണ്ടെത്താനാവുന്നില്ല.

ചിലർ ജീവിതത്തിനു തിരശ്ശീലയിട്ടു പോയിക്കഴിഞ്ഞു.

ഉണ്ണ്യേട്ടനെപ്പോലെ ചിലർ ആരോഗ്യപ്രശ്നങ്ങളാൽ സജീവമാകാൻ കഴിയാതെയിരിക്കുന്നു.

പകരക്കാരനില്ലാത്ത നടനാണ് ഒടുവിൽ ഉണ്ണികൃഷ്ണൻ

ഉണ്ണ്യേട്ടന് അഭിനയം വെറും അഭിനയമല്ല.

അത് ജീവിതം പോലെ സത്യവും സ്വാഭാവികവുമാണ്.

ഒട്ടനവധി ചിത്രങ്ങളിലൂടെ അദ്ദേഹം അത് ബോധ്യപ്പെടുത്തിതന്നിട്ടുണ്ട്.

ഉണ്ണ്യേട്ടനെപ്പോലുള്ളവർ കാഴ്ചവച്ച ശുദ്ധഹാസ്യത്തിന്റെ നറുംപാൽ നമ്മുടെ നാക്കിനിപ്പോൾ രുചി ചേരുന്നില്ല.

നമുക്കിപ്പോൾ ചിരിക്കണമെങ്കിൽ തലയിൽ കുമ്മായം വീഴുകയോ ചായം വീഴുകയോ ഐസ്ക്രീം പോലെ എന്തെങ്കിലും എടുത്തെറിയുമ്പോൾ ഉന്നം തെറ്റി മറ്റൊരാളുടെ മുഖത്ത് വീഴുകയോ ചെയ്യണം.

അതുമല്ലെങ്കിൽ ദ്വയാർഥ പ്രയോഗത്തിൽ നല്ല അശ്ലീലം പറയണം.

ശക്തമായ കഥാപാത്രങ്ങൾ എന്നു വാഴ്ത്തപ്പെടുന്നത് എത്ര ഗുസ്തിയുണ്ട്, ഭീമന്മാരെ ഇടിച്ചു മലർത്തുന്നുണ്ട് എന്നതിനെ ആശ്രയിച്ചാണ്.

സിനിമയ്ക്കു പുറത്തുള്ള ഉണ്ണ്യേട്ടൻ സിനിമാ നടന്റെ പരിവേഷങ്ങളൊന്നുമില്ലാത്ത നാട്ടുമ്പുറത്തുകാരനാണ്.

വടക്കാഞ്ചേരിക്കാരനാണെങ്കിലും ഇപ്പോൾ എന്റെ സമീപ പ്രദേശമായ കേരളശ്ശേരിയിലാണ് ഉണ്ണ്യേട്ടന്റെ താമസം.

കേരളശ്ശേരിക്കാർക്ക് ഉണ്ണ്യേട്ടൻ സിനിമാനടനല്ല.

വള്ളുവനാടിന്റെ മുഴുവൻ നിഷ്കളങ്കതയുമുള്ള ഒരു നാട്ടുകാരൻ മാത്രം.

"*തൂവൽക്കൊട്ടാര*ത്തിലെ അഭിനയത്തിനാണ് ഉണ്ണ്യേട്ടന് ആദ്യത്തെ സംസ്ഥാന അവാർഡ് ലഭിക്കുന്നത്.

മനസിനക്കരെ എന്ന ചിത്രത്തിൽ മാമുക്കോയ, ഒടുവിൽ, സുകുമാരി

അന്ന് കേരളശ്ശേരിക്കാർക്ക് ഉത്സവമായിരുന്നു. അവർ വികാരസാന്ദ്രമായ ഒരു സ്വീകരണമൊരുക്കി. ഘോഷയാത്രയും അനുമോദന സമ്മേളനവുമൊക്കെയുണ്ടായിരുന്നു.

അന്ന് സ്വീകരണച്ചടങ്ങിൽ സംബന്ധിച്ച സിനിമാക്കാർക്കെല്ലാം രാത്രി ഭക്ഷണമൊരുക്കിയത് വീടിനടുത്തുള്ള ഒരു കെട്ടിടത്തിലാണ്.

ഞാനും സത്യൻ അന്തിക്കാടും ആ കെട്ടിടത്തിന്റെ മുറ്റത്തെത്തിയപ്പോഴാണ് മനസിലാകുന്നത് അതൊരു ചാരായ ഡിപ്പോയാണെന്ന്.

സത്യന് അതിനുള്ളിൽ കയറാനൊരു മടി.

ഞാൻ നിർബന്ധിച്ച് അകത്തു കൂട്ടിക്കൊണ്ടുപോയപ്പോൾ മലയാളികളുടെ അഭിമാനമായ അടൂർ ഗോപാലകൃഷ്ണൻ ചാരായകുപ്പികൾ അടുക്കിവച്ച മുറിയിലിരുന്ന് ഊണു കഴിക്കുന്നു.

കേരളശ്ശേരിക്കാർക്ക് വിശ്വപ്രസിദ്ധനായ അടൂരും സത്യനും ലോഹിതദാസുമെല്ലാം ഉണ്ണ്യേട്ടന്റെ ചങ്ങാതിമാർ മാത്രം.....

ഉണ്ണ്യേട്ടന് ചാരായഡിപ്പോയും ബ്രാഹ്മണഹോട്ടലും ഒരുപോലെ.

സത്യന്റെയും എന്റെയും ചിത്രങ്ങളിലെ സ്ഥിരം നടന്മാരിലൊരാളാണ് ഉണ്ണ്യേട്ടൻ. കല്യാണത്തിനു വിളിക്കുന്നതുപോലെയാണ് ഞങ്ങൾ അഭിനയിക്കാൻ വിളിക്കുന്നതെന്നാണ് ഉണ്ണ്യേട്ടൻ പറയുന്നത്. കല്യാണം വിളിക്കുന്നത് അതിഥികളുടെ സൗകര്യം ചോദിച്ചിട്ടല്ലല്ലോ. 'ഇന്ന ദിവസം കല്യാണമാണ്..... അന്നു വരണം.'

അതുപോലെ ഈ ദിവസം മുതൽ പടം തുടങ്ങുകയാണ്. വരണം. മറ്റു പടങ്ങൾക്ക് ഡേറ്റ് കൊടുത്തിട്ടുണ്ടോ, അല്ലെങ്കിൽ ആ ദിവസങ്ങളിൽ വരാൻ കഴിയുമോ എന്നൊന്നും ചോദിക്കാറില്ലത്രെ. എന്നാൽ ഞങ്ങളുടെ

ഒടുവിൽ: മായാത്ത ഭാവങ്ങൾ
ഇ ജയചന്ദ്രൻ 117

പടങ്ങളുടെ ആലോചന നടക്കുന്ന സമയത്ത് ഉണ്ണ്യേട്ടനെ തേടിച്ചെല്ലുന്ന നിർമാതാക്കളോട് പറയാറുള്ളതിങ്ങനെയാണ്.

ലോഹിതദാസ് ഒരു പടം തുടങ്ങുന്നുണ്ട്, അല്ലെങ്കിൽ സത്യൻ ഒരു പടം തുടങ്ങുന്നുണ്ട്. അതിൽ ഞാനുണ്ടോ ഇല്ലയോ എന്നറിഞ്ഞിട്ടേ ഡേറ്റു പറയാൻ പറ്റൂ.

ഞാനും സത്യനും ഒരേസമയം പടങ്ങൾ തുടങ്ങുമ്പോൾ മാത്രമാണ് ഉണ്ണ്യേട്ടന് ടെൻഷൻ.

ശുദ്ധനായ ഈ നാട്ടുമ്പുറത്തുകാരൻ കാണുന്നതുപോലെ അത്ര പാവമൊന്നുമല്ല.

ആത്മാഭിമാനത്തിൽ തൊട്ടുകളിച്ചാൽ ചിലപ്പോൾ അടികിട്ടിയെന്നിരിക്കും.

ഒരിക്കൽ ഒരു സിനിമാപത്രക്കാരന്റെ അഹങ്കാരം നിറഞ്ഞ വാക്കുകൾ സഹിക്കാൻ കഴിയാതെ വന്നപ്പോൾ ഒന്നു പൊട്ടിച്ച് കഴുത്തിൽ പിടിച്ച് പുറത്തുതള്ളിയെന്ന് കേട്ടിട്ടുണ്ട്....

നിന്റെയൊക്കെ ഔദാര്യത്തിലാണ് എന്റെ ഭാവിയെങ്കിൽ ആ ഭാവി എനിക്കുവേണ്ടെന്നു പറഞ്ഞുവത്രെ..

വലിയ മോഹങ്ങളൊന്നുമില്ല ഉണ്ണ്യേട്ടന്.

ഉണ്ടായിരുന്നെങ്കിൽ കിട്ടിയ പടങ്ങളെല്ലാം ചെയ്ത് ഒരുപാട് പണം സമ്പാദിക്കുമായിരുന്നു.

ഓടിനടന്ന് സിനിമയിലഭിനയിക്കാനിഷ്ടമില്ല, ഡേറ്റുകൾ അഡ്ജറ്റു ചെയ്ത് എങ്ങനെ ഒരു പടം ചെയ്യാമെന്നല്ല എന്തുകാരണം പറഞ്ഞ് ഒരു പടത്തിൽ നിന്നൊഴിയാം എന്നാണ് എപ്പോഴും ആലോചിക്കാറ്.

ഈ പാലക്കാടൻ ജീവിതത്തിൽ നിന്നും അധികം അകന്നു നിൽക്കാൻ ഒട്ടും താൽപ്പര്യമില്ല.

ലൊക്കേഷൻ ദൂരെയാണെങ്കിൽ സത്യൻ അന്തിക്കാടിന്റെ പടമായാലും മൂപ്പർ ഒഴിഞ്ഞു മാറാൻ നോക്കും. സത്യനും എനിക്കുമെല്ലാം അത്യാവശ്യം ശാസനയുടെ സ്വരത്തിൽ സംസാരിക്കാൻ അവകാശമുള്ളതുകൊണ്ട് നിർബന്ധിച്ച് കൊണ്ടുപോകും. വന്നുകിട്ടിയാൽ പിന്നെ അമൃതാഞ്ജനം പുരട്ടി അവിടെ കൂടികൊള്ളും.

അമൃതാഞ്ജൻ പുരട്ടുന്നത് ജലദോഷമുണ്ടായിട്ടില്ല. ഇടയ്ക്ക് രണ്ടെണ്ണമടിച്ചാൽ ആ മണത്തെ മറികടക്കാൻ അൽപ്പം അമൃതാഞ്ജൻ പുരട്ടിയാൽ മതി.

ഒരിക്കൽ സത്യൻ പറഞ്ഞുവത്രെ.

“ഉണ്ണ്യേട്ടൻ ഏതെങ്കിലും ഒന്നു നിർത്ത്. ഒന്നുകിൽ മദ്യം. അല്ലെങ്കിൽ അമൃതാഞ്ജൻ. ഒന്നിന്റെ മണം സഹിച്ചാൽ മതിയല്ലോ....”

ചില ലഹരിയുള്ള രാത്രികളിൽ ഉണ്ണ്യേട്ടൻ ഫോണിൽ വിളിക്കും. കഴിച്ചതിന്റെ അളവനുസരിച്ച് സംസാരം നീണ്ടുപോയെന്നിരിക്കും.

എത്ര ജോലിത്തിരക്കുണ്ടെങ്കിലും അതുകേട്ടേ മതിയാകൂ.

*കഥാപുരുഷനു*ശേഷം അടൂർ സാറിനും വിളി ചെല്ലാറുണ്ടത്രേ.

ഒരിക്കൽ സത്യന്റെ വീട്ടിൽ വിളിച്ചു. നിമ്മിയാണ് ഫോണെടുത്തത്.

"നിമ്മീ ഉണ്ണ്യേട്ടനാ.... സത്യനില്ലേ?"

"സത്യേട്ടനില്ല"

"എവിടെപ്പോയി?"

"ലോഹിതദാസിന്റെ കൂടെപ്പോയി."

"നിമ്മി ഒന്നുകൊണ്ടും പേടിക്കാനില്ല."

നിമ്മി ചിരിച്ചു കൊണ്ടു പറഞ്ഞു.

"എനിക്കു പേടിയൊന്നുമില്ല."

"അതല്ല, വേറെ സിനിമാക്കാരാരെങ്കിലുമാണെങ്കിൽ എനിക്കൊറപ്പില്ല..... പക്ഷേ, ലോഹിതദാസ്. ലോഹീടെ കൂടെ എവിടെ വേണമെങ്കിലും പോട്ടെ ഒരു ചുക്കും പേടിക്കണ്ട. നിമ്മി ധൈര്യമായിട്ടിരുന്നോ."

പത്തുമിനിറ്റോളം ഉണ്ണ്യേട്ടൻ പറയുന്നതു മുഴുവൻ കേട്ടു നിമ്മി ഫോൺ വച്ചു.

കുറച്ചു കഴിഞ്ഞപ്പോൾ വീണ്ടും വിളി.

"നിമ്മീ............ നിമ്മി ഒന്നും കൊണ്ടും പേടിക്കണ്ട.... വേറെ ആരുടെയും കൂടെയല്ലല്ലോ.... ലോഹിതദാസിന്റെ കൂടെയല്ലേ......"

ഇങ്ങനെ നാലഞ്ചു തവണ നിമ്മിയെ വിളിച്ച് ഉണ്ണ്യേട്ടൻ ധൈര്യം കൊടുത്തുവത്രെ.

ഉണ്ണ്യേട്ടനെ ഞാൻ പരിചയപ്പെടുന്നത് പത്തിരുപത് വർഷം മുമ്പ് മദ്രാസിൽ വച്ചാണ്.

ഞാനന്ന് സിനിമയിൽ വന്നിട്ടില്ല.

ഉണ്ണ്യേട്ടൻ ഒട്ടൊക്കെ അറിയപ്പെടുന്ന നടനായിരുന്നെങ്കിലും സജീവമായിട്ടില്ല.

ഒരു സിനിമയുടെ ആലോചനയുമായി മദ്രാസിലെത്തിയതാണ് ഞാൻ. കൂടെ നിർമാതാവ് അബ്ദുല്ലയുമുണ്ട്.

അബ്ദുല്ലയും ഉണ്ണ്യേട്ടനും പരിചയക്കാരാണ്.

എ വി എം സ്റ്റുഡിയോക്കു മുന്നിലുള്ള ക്യാമ്പസ് ഹോട്ടലിലാണ് ഉണ്ണ്യേട്ടൻ താമസിച്ചിരുന്നത്.

ഞാനൊരു നാടകകൃത്തായിരുന്നതിനാലാവാം പരിചയപ്പെട്ടപ്പോൾ ഉണ്ണ്യേട്ടൻ ചോദിച്ചു.

"പാട്ടെഴുതുമോ?"

"പാട്ട് ഞാനെഴുതിയിട്ടില്ല"

"പാട്ടല്ല. എന്തും എഴുതും ലോഹി." അബ്ദുല്ല പറഞ്ഞു.

"എന്നാലൊരു നാലുവരി എഴുതൂ. ഞാനിപ്പോൾ തന്നെ ട്യൂൺ ചെയ്തു തരാം."

ഒടുവിൽ ഉണ്ണികൃഷ്ണൻ തബല വായിക്കുമെന്നു മാള അരവിന്ദൻ പറഞ്ഞു കേട്ടിട്ടുണ്ട്. പക്ഷേ സംഗീതമറിയാമെന്നത് പുതിയ അറിവായിരുന്നു. ഞാനൊരു കടലാസ്സെടുത്തു കുറിച്ചു.

"ആര്യമാവിനെ സ്നേഹിച്ച പൂവേ

സൂര്യകാന്തിപ്പൂവേ
രാവിന്റെ നീലക്കയത്തിൽ നീ
ആരെ തേടുന്നു?
ആരെ തേടുന്നു?"

പത്തു മിനിറ്റുകൊണ്ട് ഉണ്ണ്യേട്ടനതു ട്യൂൺ ചെയ്തു. പിന്നീട് പലപ്പോഴും ഉണ്ണ്യേട്ടന് ആ പാട്ട് പാടി കേൾപ്പിച്ചിട്ടുണ്ട്.

അതൊന്നു പൂർത്തിയാക്കി കൊടുക്കാൻ എന്നോടു പറയാറുമുണ്ട്. ഉണ്ണ്യേട്ടന്റെ മകളുടെ കല്യാണത്തിന് പകൽ സമയത്ത് എനിക്കെ

ത്താൻ കഴിഞ്ഞില്ല. എത്തിയപ്പോൾ രാത്രി ഒമ്പതുമണി.

എന്റെ കൂടെ സംവിധായകൻ കമലും ഉണ്ടായിരുന്നു.

അസമയത്ത് പോകണമോ എന്ന് കമലിന് സന്ദേഹം.

ഉണ്ണ്യേട്ടന്റെ മകളുടെ വിവാഹത്തിന് രാത്രിയായാലും എത്തിയേ തീരൂ എന്നെനിക്കു നിർബന്ധം.

മണി ഒമ്പതായിട്ടേ ഉള്ളൂവെങ്കിലും കേരളശ്ശേരിയിൽ പാതിരാവായിരുന്നു.

ഉണ്ണ്യേട്ടന്റെ വീട്ടിൽ ആളനക്കവുമില്ല.

തിരിച്ചുപോകാമെന്നു കമൽ പറഞ്ഞുവെങ്കിലും ഞാൻ കോളിംഗ് ബെല്ലടിച്ചു. ഉറക്കം മുറിഞ്ഞ ഉണ്ണ്യേട്ടനും ഭാര്യയും എഴുന്നേറ്റു വന്നു.

“ഞങ്ങൾ എറണാകുളത്തുനിന്നും വരികയാണ്. കുറച്ച് വൈകിപ്പോയി.

കമൽ ക്ഷമാപണത്തോടെ പറഞ്ഞു.

“എത്ര പാതിരയായാലും നിങ്ങൾ വന്നല്ലോ. എനിക്കു സന്തോഷമായി. കെട്ടുസമയത്തു വരുന്നതിനേക്കാൾ സന്തോഷമായി.”

ഞങ്ങളുടെ വാക്കുകളെ അവഗണിച്ച്, ഉറങ്ങാൻ കിടന്ന മകളേയും മരുമകനേയും തട്ടിയുണർത്തി.

ആദ്യരാത്രിയിലെ കട്ടുറുമ്പുകളായി വന്ന എന്നെയും കമലിനെയും നോക്കി നീരസം പുറത്തുകാട്ടാതെ ഒരുനിമിഷം പുഞ്ചിരിച്ചുനിന്നിട്ട് അവർ മണിയറ വാതിലടച്ചു.

പിന്നെ ഉണ്ണ്യേട്ടൻ ഞങ്ങൾക്ക് ഇല വച്ചു. തണുത്ത ചോറും കറികളും സ്നേഹത്തോടെ വിളമ്പിത്തന്നു. ഞങ്ങളത് സ്നേഹത്തിന്റെ ചൂടു ചോറുപോലെ സ്വാദോടെ ഉണ്ടു.

അനുബന്ധം 3

ഒടുവിൽ ഉണ്ണികൃഷ്ണൻ

ഫിലിമോഗ്രഫി

വർഷം	സിനിമ	കഥാപാത്രം	സംവിധാനം
1976	ദർശനം	പല്ലുവേദനക്കാരൻ	പി എൻ മേനോൻ
1977	ചെണ്ട		എ വിൻസെന്റ്
1977	ഗുരുവായൂർ കേശവൻ	മാണിനായർ	ഭരതൻ
1979	ശരപഞ്ജരം	സുബ്ബയ്യർ	ഹരിഹരൻ
1980	ശക്തി	കള്ളുഷാപ്പിലെ ആൾ	വിജയാനന്ദ്
1981	ലാവ	പണിക്കർ	ഹരിഹരൻ
1981	കരിമ്പന	കള്ളുഷാപ്പുകാരൻ	ഐ വി ശശി
1981	വളർത്തു മൃഗങ്ങൾ	ഗോവിന്ദൻ	ഹരിഹരൻ
1984	അപ്പുണ്ണി	കുറുപ്പ് മാഷ്	സത്യൻ അന്തിക്കാട്
1984	ശ്രീകൃഷ്ണ പരുന്ത്	കുമാരന്റെ സുഹൃത്ത്	പി ഭാസ്കരൻ/ എ വി വിൻസന്റ്
1985	ബോയിങ്ങ് ബോയിങ്ങ്		പ്രിയദർശൻ
1985	കണ്ടു കണ്ടറിഞ്ഞു	ഹോസ്റ്റൽ വാർഡൻ	സാജൻ
1987	പി സി 369	അഡ്വ. സ്വാമിനാഥൻ ഡോ. വിശ്വനാഥൻ	പി ചന്ദ്രകുമാർ
1987	ഭൂമിയിലെ രാജാക്കന്മാർ		തമ്പി കണ്ണന്താനം

വർഷം	സിനിമ	കഥാപാത്രം	സംവിധാനം
1987	തനിയാവർത്തനം		സിബി മലയിൽ
1988	പൊന്മുട്ടയിടുന്ന താറാവ്	പാപ്പി	സത്യൻ അന്തിക്കാട്
1988	പട്ടണപ്രവേശം	ആഭ്യന്തരമന്ത്രി	സത്യൻ അന്തിക്കാട്
1988	കുടുംബ പുരാണം	അച്ചുതൻ	സത്യൻ അന്തിക്കാട്
1988	ധ്വനി	കുറുപ്പ്	എം ടി അബു
1988	വിചാരണ	കൃഷ്ണമൂർത്തി	സിബി മലയിൽ
1989	വരവേൽപ്	നാരായണൻ	സത്യൻ അന്തിക്കാട്
1989	വടക്കുനോക്കി യന്ത്രം	പോലീസ്	ശ്രീനിവാസൻ
1989	ഉത്സവപിറ്റേന്ന്	പരമുനായർ	കൊടിയേറ്റം ഗോപി
1989	സീസൺ	തിരുമേനി	പി പത്മരാജൻ
1989	പ്രാദേശിക വാർത്തകൾ	അച്ചൻ	കമൽ
1989	പെരുവണ്ണാപുരത്തെ വിശേഷങ്ങൾ	അപ്പുണ്ണി നായർ	കമൽ
1989	മഴവിൽ കാവടി	കുഞ്ഞാപ്പു	സത്യൻ അന്തിക്കാട്
1989	കിരീടം	പോലീസ്	സിബി മലയിൽ
1989	ഒരു വടക്കൻ വീരഗാഥ	നാടുവാഴി	ഹരിഹരൻ
1989	അർത്ഥം	അനന്തൻ	സത്യൻ അന്തിക്കാട്
1990	വിദ്യാരംഭം		ജയരാജ്
1990	തലയണമന്ത്രം	കെ ജി പൊതുവാൾ	സത്യൻ അന്തിക്കാട്
1990	ശുഭയാത്ര		കമൽ
1990	സസ്നേഹം	ശ്രീനിവാസയ്യർ	സത്യൻ അന്തിക്കാട്
1990	നന്മനിറഞ്ഞവൻ ശ്രീനിവാസൻ		വിജി തമ്പി
1990	നഗരങ്ങളിൽ ചെന്ന് രാപാർക്കാം	പണിക്കർ	വിജി തമ്പി
1990	മാലയോഗം	കലിയുഗം പരമുനായർ	സിബി മലയിൽ
1990	കുറുപ്പിന്റെ കണക്കു പുസ്തകം	ഗംഗാധരൻ	ബാലചന്ദ്രമേനോൻ
1990	ഗജകേസരി യോഗം	ഫിലിപ്പോസ്	പി ജി വിശ്വംഭരൻ
1990	കളിക്കളം	ദേവസ്സി	സത്യൻ അന്തിക്കാട്

വർഷം	സിനിമ	കഥാപാത്രം	സംവിധാനം
1990	കുട്ടേട്ടൻ	നാണു നായർ	ജോഷി
1991	സന്ദേശം	അച്ചുതൻ നായർ	സത്യൻ അന്തിക്കാട്
1991	പാരലൽ കോളേജ്	കരുണാകരൻ	തുളസീദാസ്
1991	നെറ്റിപ്പട്ടം	അവറാച്ചൻ	കലാധരൻ
1991	മൂക്കില്ലാ രാജ്യത്ത്	ഡോക്ടർ	അശോകൻ/താഹ
1991	കൺകെട്ട്	അനന്തൻ	രാജൻ ബാലകൃഷ്ണൻ
1991	കടിഞ്ഞൂൽ കല്യാണം	പൊതുവാൾ	രാജസേനൻ
1991	ഇന്നത്തെ പ്രോഗ്രാം	ഉണ്ണിയുടെ അച്ഛൻ	പി ജി വിശ്വംഭരൻ
1991	ചെപ്പുകിലുക്കണചങ്ങാതി	നിഷ്കളങ്കൻ പിള്ള	കലാധരൻ
1991	അപൂർവ്വം ചിലർ	ടി ടി പുന്നൂസ്	കല അടൂർ
1991	ആകാശകോട്ടയിലെ സുൽത്താൻ	രാമകൃഷ്ണ അയ്യർ	ജയരാജ്
1991	കനൽക്കാറ്റ്		സത്യൻ അന്തിക്കാട്
1992	യോദ്ധ	അപ്പുക്കുട്ടന്റെ അച്ഛൻ	സംഗീത് ശിവൻ
1992	സ്നേഹസാഗരം	തിരുമേനി	സത്യൻ അന്തിക്കാട്
1992	സർഗ്ഗം	വല്യച്ഛൻ	ഹരിഹരൻ
1992	പണ്ട്പണ്ടൊരു രാജകുമാരി	പരമേശ്വര കൈമൾ	വിജി തമ്പി
1992	ഒരു കൊച്ചു ഭൂമികുലുക്കം		പി ചന്ദ്രശേഖർ
1992	നക്ഷത്രകൂടാരം	സിങ്കപ്പൂർമാമൻ	ജോഷി മാത്യു
1992	വളയം	ഗോവിന്ദനാശാൻ	സിബി മലയിൽ
1992	മൈഡിയർ മുത്തച്ഛൻ	ഫാക്ടറി വർക്കർ	സത്യൻ അന്തിക്കാട്
1992	കാഴ്ചക്കപ്പുറം	അപ്പുക്കുട്ടൻ നായർ	കൃഷ്ണൻ
1992	എല്ലാവരും ചൊല്ലണ്		കലാധരൻ
1992	ആയുഷ്കാലം	മേനോൻ	കമൽ
1993	ഒരു കടങ്കഥ പോലെ		ജോഷി മാത്യു
1993	സ്ത്രീധനം		അനിൽ/ബാബു പിഷാരടി
1993	സോപാനം	പോറ്റി	ജയരാജ്

വർഷം	സിനിമ	കഥാപാത്രം	സംവിധാനം
1993	സ്ഥലത്തെ പ്രധാന പയ്യൻസ്	പൂമുഖത്തു കുറുപ്പ്	ഷാജി കൈലാസ്
1993	മേലേപ്പറമ്പിൽ ആൺവീട്	കുട്ടൻ നായർ	രാജസേനൻ
1993	ദേവാസുരം	പെരിങ്ങോട് ശങ്കരമാരാർ	ഐ വി ശശി
1993	ഭാഗ്യവാൻ	വാസുദേവൻ	സുരേഷ്ഉണ്ണിത്താൻ
1993	ബന്ധുക്കൾ ശത്രുക്കൾ		ശ്രീകുമാരൻ തമ്പി
1993	പാഥേയം	കീഴ്ശ്ശേരിനമ്പൂതിരി	ഭരതൻ
1993	ഷെവലിയാർ മിഖായേൽ		പി കെ ബാബുരാജ്
1994	വധു ഡോക്ടറാണ്	മാരാർ	കെ കെ ഹരിദാസ്
1994	പിൻഗാമി	മേനോൻ	സത്യൻ അന്തിക്കാട്
1994	പരിണയം	ഓതിക്കൻ	ഹരിഹരൻ
1994	ഞാൻകോടീശ്വരൻ		ജോസ് തോമസ്
1994	സി ഐ ഡി ഉണ്ണികൃഷ്ണൻ ബി എ, ബി എഡ്	പപ്പുണ്ണി	രാജസേനനൻ
1994	വിഷ്ണു	തമ്പി	ശ്രീകുമാർ
1994	സാഗരംസാക്ഷി	നാരായണൻ	സിബി മലയിൽ
1994	സുകൃതം	ചെറിയച്ഛൻ	ഹരിഹരൻ
1995	തിരുമനസ്സ്	തിരുമുല്പാട്	അശ്വതിഗോപിനാഥ്
1995	ശ്രീരാഗം	ഇന്ദുവിന്റെ അച്ഛൻ	ജോർജ് കിത്തു
1995	ശിപ്പായിലഹള	രാഘവൻ നായർ	സിബി മലയിൽ
1995	പുന്നാരം		ശശി ശങ്കർ
1995	മിന്നാമിനുങ്ങിനും മിന്നുകെട്ട്		തുളസീദാസ്
1995	മാണിക്യചെമ്പഴുക്ക		തുളസീദാസ്
1995	കുസൃതിക്കാറ്റ്	ഡോ. കെ ഗോപാല മേനോൻ	സുരേഷ് വിനു
1995	അനിയൻബാവ ചേട്ടൻ ബാവ	ഈശ്വരപിള്ള	രാജസേനൻ
1995	ഒരു അഭിഭാഷ കന്റെ കേസ് ഡയറി	രാമവർമ്മ തമ്പുരാൻ	കെ മധു

വർഷം	സിനിമ	കഥാപാത്രം	സംവിധാനം
1996	തൂവൽ ക്കൊട്ടാരം	അച്യുതമാരാർ	സത്യൻ അന്തിക്കാട്
1996	സല്ലാപം	മാധവമേനോൻ	സുന്ദർദാസ്
1996	കല്ല്യാണ സൗഗന്ധികം	മുരുകേശൻ	വിനയൻ
1996	ദില്ലിവാല രാജകുമാരൻ	രമാവർമ്മ	രാജസേനൻ
1996	ദി പ്രിൻസ്	രാംമോഹൻ	സുരേഷ്കൃഷ്ണ
1996	ഇന്ദ്രപ്രസ്ഥം	കുഞ്ഞുകൃഷ്ണ പ്പണിക്കർ	കെ കെ ഹരിദാസ്
1996	കഥാപുരുഷൻ	പാച്ചുപിള്ള	അടൂർ ഗോപാലകൃഷ്ണൻ
1996	ഉദ്യാനപാലകൻ		ഹരികുമാർ
1997	ഉല്ലാസപൂങ്കാറ്റ്		വിനയൻ
1997	ഒരാൾമാത്രം	കെ പി പങ്കു ണ്ണിമേനോൻ	സത്യൻ അന്തിക്കാട്
1997	മായപ്പൊന്മാൻ		തുളസീദാസ്
1997	മന്ത്രമോതിരം	ഫാദർ വട്ടക്കുഴി	ശശിശങ്കർ
1997	കല്ല്യാണ ഉണ്ണികൾ	പുഷ്കരൻപിള്ള	ജഗതി ശ്രീകുമാർ
1998	വിസ്മയം	അധികാരി	രഘുനാഥ് പലേരി
1998	ഒരു മറവത്തൂർ കനവ്		ലാൽ ജോസ്
1998	ശ്രീകൃഷ്ണപുര ത്തെ നക്ഷത്ര ത്തിളക്കം	മുൻഷി പരമേശ്വരൻ പിള്ള	രാജസേനൻ
1998	മീനത്തിൽ താലിക്കെട്ട്	ഡോക്ടർ	രാജൻ ശങ്കരാടി
1998	കുസൃതിക്കുറുപ്പ്		വേണുഗോപാൽ
1998	മീനാക്ഷി കല്യാണം	അഡ്വ. കെ ടി ഈശ്വരപിള്ള	ജോസ് തോമസ്
1998	മാട്ടുപ്പെട്ടി മച്ചാൻ		ജോസ് തോമസ്
1999	വീണ്ടും ചില വീട്ടുകാര്യങ്ങൾ	ഫാദർ നെടുമാരൻ	സത്യൻ അന്തിക്കാട്
1999	ഉദയപുരം സുൽത്താൻ	കോളേജ് പ്രിൻസിപ്പാൾ	ജോസ് തോമസ്
1999	പല്ലാവൂർ ദേവ നാരായണൻ	അച്യുതൻ മാരാർ	വി എം വിനു

വർഷം	സിനിമ	കഥാപാത്രം	സംവിധാനം
1999	ഞങ്ങൾ സന്തുഷ്ടരാണ്	സഞ്ജീവന്റെ അച്ഛൻ	രാജസേനൻ
1999	ചന്ദാമാമ	ബുള്ളറ്റ് അച്ഛൻ	മുരളി കൃഷ്ണൻ
2000	ഒരു ചെറു പുഞ്ചിരി	കൃഷ്ണക്കുറുപ്പ്	എം ടി വാസുദേവൻ നായർ
2000	മധുരനൊമ്പരക്കാറ്റ്		കമൽ
2000	കൊച്ചുകൊച്ചു സന്തോഷങ്ങൾ	ശേഖരൻ	സത്യൻ അന്തിക്കാട്
2000	ഡാർലിങ്ങ് ഡാർലിങ്ങ്		രാജസേനൻ
2000	അരയന്നങ്ങളുടെ വീട്	ശ്രീധരൻ	ലോഹിതദാസ്
2001	രണ്ടാംഭാവം	ഈശ്വരൻപോറ്റി	ലാൽ ജോസ്
2001	മേഘസന്ദേശം	ഈശ്വരവർമ്മ	രാജസേനൻ
2001	ഈ പറക്കും തളിക	ശ്രീധരകൈമൾ	താഹ
2001	നരേന്ദ്രൻ മകൻ ജയ കാന്തൻ വക	നക്സലൈറ്റ് വാസു	സത്യൻ അന്തിക്കാട്
2001	സുന്ദര പുരുഷൻ	സൂര്യനാരായണന്റെ അച്ഛൻ	ജോസ് തോമസ്
2002	മലയാളി മാമനു വണക്കം	നാരായണക്കുറുപ്പ്	രാജസേനൻ
2002	മീശമാധവൻ	അച്യുതൻ നമ്പൂതിരി	ലാൽ ജോസ്
2002	നിഴൽക്കുത്ത്	കാളിയപ്പൻ	അടൂർ ഗോപാലകൃഷ്ണൻ
2002	യാത്രക്കാരുടെ ശ്രദ്ധയ്ക്ക്	കെ ജി നമ്പ്യാർ	സത്യൻ അന്തിക്കാട്
2003	ചൂണ്ട	വാസു	വേണുഗോപൻ
2003	തിളക്കം	ഗോവിന്ദപണിക്കർ	ജയരാജ്
2003	ഗ്രാമഫോൺ	പാട്ട് സേഠ്	കമൽ
2003	വെള്ളിത്തിര	പേപ്പട്ടി നായർ	ഭദ്രൻ
2003	സി ഐ ഡി മൂസ	മൂലൻകുഴിയിൽ പ്രഭാകർ	ജോണി ആന്റണി
2003	പട്ടാളം	നാരായണൻ	ലാൽ ജോസ്
2003	അന്യർ		ലെനിൻ രാജേന്ദ്രൻ
2003	മനസ്സിനക്കരെ	ശ്രീധരൻ	സത്യൻ അന്തിക്കാട്

വർഷം	സിനിമ	കഥാപാത്രം	സംവിധാനം
2003	ഗൗരീശങ്കരം		നേമം പുഷ്പരാജ്
2004	മാറാത്തനാട്	രാമൻ	ഹരിദാസ്
2004	വാമനപുരം ബസ്റൂട്ട്	അപ്പുക്കുട്ടൻ	സോനു ശിശുപാൽ
2004	റൺവെ	കൃഷ്ണൻനായർ	ജോഷി
2004	മയിലാട്ടം	കണ്ണൻ മാഷ്	വി എം വിനു
2005	അച്ചുവിന്റെ അമ്മ	അബ്ദുള്ള	സത്യൻ അന്തിക്കാട്
2005	ചന്ദ്രോത്സവം		രഞ്ജിത്ത്
2006	രസതന്ത്രം	ഗണേശൻ ചെട്ടിയാർ	സത്യൻ അന്തിക്കാട്
2009	ആയിരത്തിൽ ഒരുവൻ	ശ്രീധരൻ	സിബി മലയിൽ
2009	സന്മനസ്സുള്ളവൻ അപ്പുക്കുട്ടൻ		ജി എം മനു
2009	സീതാ കല്യാണം	നെല്ലായി രാമസ്വാമി	സഞ്ജീവ് കുമാർ

അനുബന്ധം 4

അവാർഡുകൾ – അംഗീകാരങ്ങൾ

1. മികച്ച സഹനടൻ – കേരള സംസ്ഥാന അവാർഡ് – കഥാപുരുഷൻ (1995)
2. മികച്ച സഹനടൻ – കേരള സംസ്ഥാന അവാർഡ് – തൂവൽക്കൊട്ടാരം (1996)
3. മികച്ച നടൻ – കേരള സംസ്ഥാന അവാർഡ് – നിഴൽക്കുത്ത് (2002)
4. മികച്ച നടൻ – അല ചലച്ചിത്ര അവാർഡ് – നിഴൽക്കുത്ത് (2003)
5. സത്യൻ അവാർഡ് – കേരളകൾച്ചറൽ ഫോറം – 2003
6. ജേസി ഫൗണ്ടേഷൻ അവാർഡ് – 2004
7. ബഹദൂർ സ്മാരക പുരസ്കാരം – തൃശൂർ സൗഹൃദവേദി
8. Best Veteran Film Star – ഇമ്മാനുവൽ അവാർഡ് നൈറ്റ് (2005)
9. കൊച്ചിൻ തുറമുഖ തൊഴിലാളി യൂണിയൻ ഗോൾഡൻ ജൂബിലി ബഹുമതി – 2002
10. ഭരത് ബാലൻ കെ നായർ സ്മാരക നാടകോത്സവം ബഹുമതി – ഷൊർണൂർ നഗരസഭ (2003–04)
11. വളയം, ദേവാസുരം വേഷങ്ങൾ – സ്വരലയ, പാലക്കാട്
12. ഒരു വടക്കൻ വീരഗാഥ, വേഷം – ഡിസ്ട്രിക്ട് ടൂറിസം പ്രമോഷൻ കൗൺസിൽ, പാലക്കാട്
13. രാമുകാര്യാട്ട് അവാർഡ്നെറ്റ് ബഹുമതി – ആര്യ, തൃശൂർ (2000)
14. 300 സിനിമകൾ പൂർത്തിയാക്കിയതിനുള്ള ബഹുമതി – IRS Computer Classes

www.ingramcontent.com/pod-product-compliance
Lightning Source LLC
Chambersburg PA
CBHW022113090426
42743CB00008B/828
9789383903108